ஸ்டான் சாமி
ஒரு நிறுவனப் படுகொலை

(நெருக்கடி நிலை உலகம் தொகுதி 4)

ஸ்டான் சாமி
ஒரு நிறுவனப் படுகொலை

(நெருக்கடி நிலை உலகம் தொகுதி 4)

அ. மார்க்ஸ்

எழுத்து
பிரசுரம்

Title: Stan Samy Oru Niruvana Padukolai
Author's Name: A. Marx

Published by Ezutthu Prachuram

Ezutthu Prachuram
(An imprint of Zero Degree Publishing)
No. 55(7), R Block, 6th Avenue,
Anna Nagar,
Chennai - 600 040

Website: www.zerodegreepublishing.com
E Mail id: zerodegreepublishing@gmail.com
Phone: 89250 61999

Ezutthu Prachuram First Edition: April 2022
ISBN: 978-93-93882-13-4
TITLE NO EP: 344

Cover Design & Layout: Vijayan, Creative Studio

மனித உரிமைப் போராளி
வழக்குரைஞர் ப.பா. மோகன் அவர்களுக்கு...

பொருளடக்கம்

முன்னுரை

என்ன சொல்வதென்று தெரியவில்லை. நம் கண்முன் நடந்த பெருங்கொடுமை இது. ஸ்டான் சாமி அவர்களை ஒரே ஒருமுறை சந்தித்துள்ளேன். அவரை நேர்காணல் செய்து முடிக்கும்வரை அவர் தமிழர் என்று கூட எனக்குத் தெரியாது. அவருக்காக ஒதுக்கப்பட்டிருந்த ஒரு சிறிய, எளிய அறையில் ஒரு கணினி நிறைய ஏதேதோ ஆவணங்கள், வெளியீடுகள் என அமர்ந்திருந்தார்.

இந்த நாட்டில் ஆகப் பெரிய அளவில் கொடுமைகளுக்கு ஆட்படுபவர்கள் பழங்குடி மக்கள். தமிழர்களாகிய நமக்கு அதைப் புரிந்து கொள்வது கடினம். ஏனெனில் இங்கே பழங்குடிகள் அதிகமில்லை. நமது அரசுகள் அனைத்தும் கார்ப்பொரேட்களுக்குத் தீனி போடுவதையே வேறெல்லாவற்றிற்கும் முதன்மையான கடப்பாடாகக் கருதுகின்றன. கனிம வளம் மிக்க பகுதிகளில் அவற்றுக்குச் சேதம் ஏதும் வராமல் எளிய வாழ்க்கையை வாழ்ந்துவரும் அப்பகுதியின் பூர்வ குடி மக்கள் கார்ப்பொரேட்களுக்கும், கார்ப்பொரேட்களின் நலன்களைப் பாதுகாப்பதையே முதற் பணியாக நினைக்கும் நம் அரசுகளுக்கும் மிகப் பெரும்

எதிரிகளாகக் கருதப்படுகின்றனர். கனிம வளம் மிக்க மாநிலங்களில் பெரிய அளவில் சிறைகளை நிறப்புவது இந்த அடித்தளப் பழங்குடிகள்தான். ஸ்டான் சாமி போன்றவர்கள் இப்படியான முடிவுகளுக்கு ஆளாவது வியப்பில்லை. அவர் இறுதியாக நீதிமன்றத்திடம் வேண்டியது ஒன்றுதான். மரணம் நெருங்கிவிட்டதை உணர்ந்துகொண்ட அவர் தான் நேசித்த அம்மக்கள் மத்தியில் சாகவேண்டும் என்பதுதான் அவரது இறுதி விருப்பமாக வெளிப்பட்டது. அதுவும் வாய்க்காமல் போனது அவருக்கு,

கனத்த மனத்துடன்தான் இந்தக் குறு நூலை எழுதி முடித்தேன். போதிய சிகிச்சை இன்றி அவர் மரணமடைந்த சில நாட்களுக்குள் எழுதி முடித்த இந்நூல் இத்தனை நாட்கள் வர இயலாமற் போனது. தற்போது வேண்டிக் கொண்டவுடன் உடன் நூலாக்கி வெளியிடும் ‘ஸீரோ டிகிரி’ பதிப்பகத்திற்கு என் நன்றிகள்.

அ. மார்க்ஸ்,
சென்னை, பிப் 20, 2022

1. ஸ்டான் சாமி அவர்களின் மரணம் இயற்கை அல்ல: அது ஒரு நிறுவனப் படுகொலை

ஒன்பது மாத சிறைக் கொடுமைகளின் ஊடாக இன்று ஃபாதர் ஸ்டான் சாமி அவர்களின் உயிர் பறிக்கப்பட்டுள்ளது.. அவரே இது குறித்துச் சொன்னதுபோல இது இன்று அவரைப் போன்ற பலருக்கும் நடந்துகொண்டு இருப்பதுதான். அநீதிகளை அமைதியாகப் பார்த்துக் கொண்டிருப்பவராக அவர் இல்லை. கருத்து வேறுபடும் எல்லோரின் கதியும் இப்படித்தான் ஆகும் என ஒரு புன்னகையுடன் எல்லாவற்றையும் பார்த்துக் கொண்டுள்ளது நரேந்திரமோடி அரசு. ஸ்டான் சாமியைப் பொருத்தமட்டில் துயரத்துக்குரிய அம்சம் அவரது இறுதிவிருப்பம் நிறைவேறாமல் போனதுதான். எந்தப் பழங்குடி மக்களுக்காகத் தன் வாழ்வை அர்ப்பணித்துக் கொண்டாரோ அந்த மக்கள் மத்தியில் அவர் தன் உயிரை விட விரும்பினார். அதைத் தம் கைகளில் ஏந்தியுள்ள கொடும் *UAPA* சட்டத்தின் உதவியோடு வெற்றிகரமாகத் தகர்த்துவிட்டன அரசும், நீதிமன்றமும்.

ஆள்பவர்களுக்கு இத்தனை ஆத்திரம் ஏற்படும் வகையில் அப்படி அவர் என்ன செய்துவிட்டார்? பிஹார் ஜார்கண்ட் நிலத் தொடரில் உள்ள தமது பாரம்பரிய வாழ்விடங்கள்

கார்ப்பொரேட்களின் கனிம வளக் கொள்ளைக்கு வாரி வழங்கப்படுவதை எதிர்த்துக் கொண்டிருந்த பழங்குடி மக்களோடு நின்றார். அவர்களின் நியாயங்களைப் பேசினார். தமது நில உரிமைகளுக்காகப் போராடும் அந்தப் பழங்குடி மக்கள் சராசரியாக ஒரு நாளைக்கு இருவர் எனும் வீதத்தில் கொடுஞ் சட்டங்களில் கைது செய்து சிறையில் அடைக்கப்படுவதை எதிர்த்து நின்றார். தங்கள் பாரம்பரிய நிலமும் வாழ்வும் பாதுகாக்கப்பட வேண்டும் என்கிற ஒரே கோரிக்கையை வைத்துப் போராடிக் கொண்டிருந்த அம்மக்களோடு நின்றார். அவர்களுக்காகவே தன் உயிரையும் ஈந்தார்.

அக்டோபர் *08, 2020* அன்று அவர் கைது செய்யப்பட்டு மும்பைக்குக் கொண்டுவரப்படடார். பீமா கொரேகான் எல்கார் பரிஷத் வழக்கில் பிற ஏழு பேர்களுடன் அவரையும் இணைத்து ஒரு குற்ற அறிக்கையைத் தயார் செய்தது தேசியப் புலனாய்வு மையம் *(NIA)*. இதில் மிகவும் வேதனையான அபத்தம் என்னவென்றால் ஸ்டான் சாமி தன் வாழ்நாளில் பீமா கொரேகான் நினைவகத்தைப் பார்த்ததே இல்லை, வன்முறை நடந்த நாளில் அங்கு அவர் போகவும் இல்லை. வன்முறையைத் திட்டமிட்டு நடத்திய ‘இந்து ஏக்டா ஆகாடி’ எனும் அமைப்பின் தலைவர் மிலிந்த் ஏக்போடே மற்றும் ‘சிவராஜ் பிரதிஷ்தான் இந்துஸ்தான்’ எனும் அமைப்பின் தலைவர் சம்பாஜி பிடே முதலான சங்கிகள் இன்று வெளியில் சுதந்திரமாக உலவிக் கொண்டுள்ளனர்.

.சிறையில் கடும் நோய்த் தாக்குதலுக்கு ஃபாதர் ஸ்டான் சாமி ஆளான பின்னும் ஒரு முறை அல்ல நான்குமுறை அவருக்குப் பிணையில் விடுதலை அளிக்க மறுக்கப்பட்டது. மருத்துவத்திற்கான பிணை விடுதலை *(Medical Bail)* கோரி அக்டோபர் *18* மற்றும் *22* தேதிகளில் விண்ணப்பித்த இரண்டு முறையும் அவர் ஆரோக்கியமாக உள்ளார் எனக் கூசாமல் சொல்லி அதை மறுத்தது *NIA*. அதை அப்படியே ஏற்றுக்கொண்டு அவர் வேண்டுகோளைப் புறக்கணித்தது *NIA* நீதிமன்றம். தொடக்கம் முதலே அவரது முதுமை, நோய்த்தாக்குதல்

எதையும் அரசும், சிறை நிர்வாகமும், நீதித்துறையும் கண்டு கொள்ளவே இல்லை. கையை உயர்த்தி வாய் வரைக்கும் கொண்டு சென்று ஒரு கவளம் சோற்றையோ ஒரு தம்ளர் தண்ணீரையோ குடிக்க முடியாத வகையில் பார்கின்சன் நோயால் பாதிக்கப்பட்டிருந்த அவருக்கு உறிஞ்சிக் குடிக்க ஒரு 'ஸ்ட்ரா'வைத் தர மறுத்தபோது உலகமே கண்டித்துக் காரித் துப்பும் நிலை ஏற்பட்டதை அறிவோம். மூன்றாம் முறையாகவும் நான்காம் முறையாகவும் நவம்பர் *2020* இல் சாதாரண பெயிலில் *(regular bail)* அவர் விடுதலை கோரியபோதும் அவையும் மறுக்கப்பட்டன. நல்ல வேளையாக சிறையில் இதே வழக்கில் கைது செய்யப்பட்டிருந்த அருண் ஃபெரெய்ராவும் வெர்னான் கோன்ஸ்லாவ்சும் அவரோடு இருந்தனர். அவர்கள் ஸ்டான் சாமி அவர்களுக்கு உணவை ஊட்டிவிடுவது உட்பட அடிப்படை உதவிகளைச் செய்தனர்.

இறப்புக்கு நான்கு மாதங்களுக்கு முன்பே ஸ்டான்சாமியின் உடல் நலம் பெரிதும் கெட்டிருந்தது. சரியான மருத்துவம் போதுமான சத்துணவு, நோயாளிக்குத் தேவையான பிற அடிப்படை வசதிகள் எதுவும் அவருக்கு அளிக்கப்படாததே அவர் உடல்நிலை அத்தனை விரைவாகச் சீரழிந்ததற்கு அடிப்படையாக இருந்தன. மே தொடக்கத்தில்தான் ஒரு மருத்துவர் குழுவை அனுப்பி அவரைச் சோதனை செய்து ஒரு அறிக்கையை அளிக்குமாறு உயர் நீதிமன்றம் ஜே.ஜே மருத்துவமனையைக் கேட்டுக் கொண்டது. ஆனால் அந்த அறிக்கை இன்றுவரை வெளியிடப்படவில்லை என்கிறார் ஸ்டான் சாமியின் வழக்குரைஞர் மிகிர் தேசாய். அப்படி அந்த அறிக்கை மறைக்கப்பட்டதிலிருந்து அது அரசுக்குச் சாதகமாக இல்லை என்பது விளங்குகிறது. மே இறுதியில்தான் (மே *28*) பந்த்ராவில் உள்ள 'ஹோலி ஃபேமிலி' மருத்துவமனைக்கு அவர் அனுப்பப்பட்டார். அங்கேதான் அவர் கோவிட் *19* தாக்குதலுக்கும் ஆளாகி இருந்தது கண்டுபிடிக்கப்பட்டது. அவர் தீவிர சிக்கிச்சை வார்டுக்கு *(ICU)* மாற்றப்பட்டார். மார்ச் *4* அன்று அவர் உடல்நிலை மிகவும் மோசமானது. அடுத்த நாள் (மார்ச் *5*) அவருக்கு மாரடைப்பும் *(Heart Attack)*

ஏற்பட்டது. வென்டிலேட்டரும் பொருத்தப்பட்டது.

நினைவு திரும்பாமலேயே அன்று அவர் உயிர் பிரிந்தது.

ஸ்டான் சாமியின் மரணம் இயற்கையாக நடைபெற்ற ஒன்றல்ல. அவரது குடும்பத்தார் வெளியிட்ட அறிக்கையில் கூறப்பட்டுள்ளது போல அது ஒரு நிறுவனப் படுகொலை *(Institutional Murder)*. வன்மம் மிக்க ஒரு அரசு, இரக்கமற்ற ஒரு நீதித்துறை, தங்களின் பாதுகாப்பில் உள்ளவர்கள் குறித்து இம்மியும் கவலையற்ற ஒரு சிறை நிர்வாகம், கொடூரமான ஒரு புலனாய்வு அமைப்பு என எல்லாம் சேர்ந்து செய்த ஒரு படுகொலை. இந்த வழக்கில் கொடும் *UAPA* சட்டத்தின் கீழ் கைது செய்யப்பட்ட16 பேர்களில் ஆக மூத்தவர் இவர், மென்மையானவர். எல்லோராலும் புறக்கணிக்கப்பட்ட எளிய பழங்குடி மக்களுக்கென ஒரு வாழ்நாளை அர்ப்பணித்தவர். வயது முதிர்ந்த, கண்ணியம் மிக்க, நோய்வாய்ப்பட்ட இந்த முதியவர் தப்பித்துச் சென்றுவிடுவார் என்பதற்கெல்லாம் எந்த வாய்ப்பும் இல்லை என்பதை விளக்க வேண்டியதில்லை.

கைது செய்யப்பட்டபோது ஃபாதர் ஸ்டான் சாமி மெல்லிய குரலில் வீடியோ அறிக்கை ஒன்றை வெளியிட்டிருந்தார். அவரது லேப் டாப்பில் மாஓயிஸ்ட் சதிகள் குறித்த ஒரு ஆவணம் கைப்பற்றப்பட்டுள்ளதாக *NIA* வெளியிட்டுள்ள செய்தி முற்றிலும் தவறானது எனவும், தான் அப்படியான எதையும் பார்த்ததே இல்லை என்பதையும் அதில் கூறி இருந்தார். தன்னுடைய லேப்டாப்பில் அப்படியெல்லாம் எதுவும் இல்லவே இல்லை என்றும் வலியுறுத்தி இருந்தார். ஒருவரது கணினியில் அவருக்கே தெரியாமல் இப்படி பொய் ஆவணங்களைத் திணிக்க முடியும் என்பது இப்போது நிறுவப்பட்டுள்ளது.

மரணம் உறுதியான பின் தன் கடைசி ஆசையாக அவர் உதிர்த்த சொற்கள் இதயமுள்ள யாரையும் உருக்கக் கூடியவை. மருத்துவ அடிப்படையில் பிணை விடுதலைக்கு விண்ணப்பித்தபோது தனது உடல் நிலை எவ்வாறு படிப்படியாகச் சீரழிகிற்து என்பதை அவர் மெல்லிய குரலில் விளக்கினார். இனி

நீண்ட நாட்கள் தான் உயிர்வாழப் போவதில்லை எனவும் தன் இறுதி விருப்பு, தான் யாருக்காகத் தன் வாழ்நாளை அர்ப்பணித்திருந்தாரோ அந்த ராஞ்சி பகாஜியா பழங்குடி மக்கள் மத்தியில் தான் சாக வேண்டும் என்றார். 'கல்லுளி மங்கன் சென்ற வழி காடு மேடெல்லாம் தவிடு பொடி' எனத் தமிழில் ஒரு கூற்று உண்டு. கல்லுளி மங்கன்களை விட இரும்பு நெஞ்சம் கொண்டவர்களின் ஆளுகையில் இந்த மெல்லிய குரல் யார் காதிலும் விழாமற் போயிற்று.

இந்த வேதனையின் மத்தியில் இன்னும் சிறையில் இதே வழக்கில் வாடும் மற்ற பதினைந்து செயல்பாட்டளர்கள் குறித்தும் ஒரு கணம் நாம் நினைக்காமல் இருக்க இயலவில்லை. வழக்குரைஞர் சுதா பரத்வாஜ் அவர்கள் கால்களைச் சம்மணமிட்டு அமர இயலாத நிலையில் ஒரு நாற்காலி கேட்டபோது ஓராண்டுவரை அதைக் கொடுக்காமல் அலைக்கழித்த கொடுமை நினைவுக்கு வருகிறது. குற்றம் நிறுவப்படும்வரை யாரையும் குற்றவாளியாகக் கருதவோ, நடத்தவோ கூடாது என்பதுதான் அடிப்படை நீதி நெறி. 'பெயில்தான் நீதி! ஜெயில் அல்ல' என்று முழங்கிய நீதி அரசர்களும் வாழ்ந்த நாடு இது. அவர்கள் அமர்ந்திருந்த நாற்காலியில்தான் இன்றைய நீதி பரிபாலனத்தார்களும் அமர்ந்துள்ளனர் என்பதை அவர்கள் மறந்துவிடக் கூடாது. ஆனால் அப்படி அவர்கள் மறந்ததற்கு அடையாளமாகத்தான் ஃபாதர் ஸ்டான் சாமியின் மரணம் நிகழ்ந்துள்ளது.

அனுபமா கடகம் தன் கட்டுரை ஒன்றில் சொல்லி இருப்பதுபோல 'நல்ல சமாரியன்' *Good Samaritan* என்றொரு கருத்தாக்கம் கிறிஸ்தவத்தில் உண்டு. சாதி, மதம், நாடு, மொழி, பகை, நட்பு என எதையும் பாராமல் சக மனிதருக்கு உதவுபவன்தான் நல்ல சமாரியன். அப்படியாகப் பழங்குடி மக்கள் மத்தியில் தன்னை அர்ப்பணித்துச் செயல்பட்ட நல்ல சமாரியனாக வாழ்ந்து மறைந்தவர்தான் அருட் தந்தை ஸ்டான் சாமி. அதிகாரத்திற்கு அஞ்சாமல் தனியார் சுரங்கக் கும்பல்களை எதிர்த்து நின்றவர் அவர். பாதிக்கப்பட்ட மக்களுக்காக அவர்களுடன் நிற்பதற்காகவே தன் வாழ்நாளை மட்டுமல்ல;

உயிரையும் அர்ப்பணித்தவர் அவர்.

நமது அரசியல் சட்டம் குடிமக்களின் அடிப்படை உரிமைகளை ஒப்பீட்டளவில் மிகச் சிறப்பாகவே வரையறுக்கிறது. ஆனால் அடுத்தடுத்து வந்த எந்த அரசுகளும் அதை முழுமையாகவும் நேர்மையாகவும் செயல்படுத்துவதில்லை. அந்த வகையில் பழங்குடி மக்களின் நில உரிமை தொடர்பாக நம் அரசியல் சட்டமும், நீதிமன்றமும் வரையறுத்த உரிமைகளைச் சரியாக அறிந்து அதைச் செயல்படுத்துவதற்காகத் தன்னை அர்ப்பணித்துக் கொண்டவர் அவர். அரசியல் சட்டப் புலமை, அதைப் பழங்குடி மக்களின் உரிமைகளை நிலைநாட்டுவதற்காக அர்ப்பணித்தமை ஆகியவற்றிற்காகத் தன் உயிரை இழந்தவர் அவர்.

அரசியல் சட்டத்தின் ஐந்தாவது அட்டவணையில் பீகார், ஜார்கண்ட் உள்ளிட்ட மாநிலங்களில் வாழும் பழங்குடியினருக்கு அளிக்கப்பட்டுள்ள சிறப்புரிமைகளையும் அதன் அடிப்படையிலான உச்ச நீதிமன்றத்தின் ‘சமதா’ தீர்ப்பையும் (1987) அரசுகள் ஏன் கடைப்பிடிப்பதில்லை எனும் கேள்வியை அவர் தொடர்ந்து எழுப்பிக் கொண்டிருந்தார்.

மொத்த மக்கள் தொகையில் பட்டியல் இனப் பழங்குடியினர் 8.6 சதம் உள்ளனர். ஆனால் சுதந்திரத்திற்குப் பின் தம் பாரம்பரியமான வாழ்விடத்திலிருந்து வெளியேற்றப்படுள்ள மக்கள் தொகையில் 40 சதம் பழங்குடிகளாகவே உள்ளனர். அணைகள் கட்டுவது, தொழில்துறை வளர்ச்சி, கனிம வளம் தோண்டல், வனவிலங்குச் சரணாலயங்கள் அமைத்தல் முதலான நடவடிக்கைகளில் முதலில் பாதிக்கப்படுபவர்கள் பழங்குடி மக்களாகவே உள்ளனர். கிராமப் புறங்களில் ஏழ்மை மற்றும் நிலமின்மை ஆகியவை அதிகமாக இருப்பதும் அவர்கள் மத்தியில்தான் 47.1% கிராமப்புறப் பழங்குடிமக்கள் வறுமைக்கோட்டிற்குக் கீழ் உள்ளனர். நகர்ப்புறங்களில் இது 28.8%. தேசியச் சராசரியைவிட இது 13%க்கும் அதிகம் என்பது குறிப்பிடத் தக்கது. இத்தனைக்கும் நில உரிமைகளில் பாதுகாப்பு அளிக்கப்பட்டுள்ளவர்கள் பழங்குடியினர் மட்டுமே. ஆனால்

இன்று அவர்களில் 9.4% பழங்குடியினர் நிலமற்றவர்கள். ஆனால் நிலமற்றவர்களுக்கான தேசிய சராசரி 7.4% தான். எனவேதான் முன் குறிப்பிட்ட தீர்ப்புகளில் பழங்குடி மக்களுக்கு இந்தப் பாதுகாப்புகள் வழங்கப்பட்டன.

2013 இல் இயற்றப்பட்ட நிலம் கையகப்படுத்தும் சட்டத்தை ஸ்டான் சாமி கடுமையாக எதிர்த்தார். வளர்ச்சிக்காக பழங்குடி மக்களைத் தங்கள் நிலங்களை விட்டுக்கொடுத்து வெளியேற்றும் தந்திரமான கூறுகளைக் கொண்டதாக அச் சட்டம் உள்ளதை சாமி அம்பலப்படுத்தினார். அவ்வப்போது இப்படியாக பழங்குடி மக்களுக்குப் பாதகமாக மேற்கொள்ளப்பட்ட சட்ட மீறல்களையும் அதன் மூலம் கார்ப்பொரேட்டுகள் சுருட்டிக் கொண்ட கொள்ளை லாபங்களையும் மதிப்பிட்டு அமபலப்படுத்தினார். ஜார்கண்டில் உள்ள கோட்டா (Godda) எனும்பகுதியில் இப்படி அதானி நிறுவனம் ஒரு மின் உற்பத்தி நிலையம் அமைப்பதற்காக எப்படி அடிமாட்டு விலையில் பழங்குடி மக்களின் நிலங்களைச் சமீபத்தில் சுருட்டிக் கொண்டுள்ளது என்பதைப் பெரிய அளவில் பிரச்சினை ஆக்கினார். அதானி நிறுவனத்திற்கு எவ்வாறு உடனுக்குடன் சுற்றுச்சூழல் அனுமதி (environmental clearance) வழங்கப்பட்டது என்பதையும் சாகுபடி செய்யப்பட்ட நிலங்கள் புல்டோசர் வைத்து அழிக்கப்பட்டதையும் பெரிய அளவில் அம்பலப்படுத்தினார். இப்படி பா.ஜ.கவின் சக்தி வாய்ந்த ஒரு ஆதரவாளனை விரோதித்துக் கொண்டதுதான் இன்று சாமி எதிர்கொண்ட சிக்கல்களுக்குக் காரணம் என அவருடன் பணி செய்த ஒருவர் கூறியதாக அனுபமா கடகம் கூறியுள்ளதும் இங்கே குறிப்பிடத்தக்கது.

மற்றபடி மாஓயிஸ்ட் தொடர்பு என்றெல்லாம் ஸ்டான் சாமி குறித்துச் சொல்வதெல்லாம் பொய் எனவும் அவர் கூறுகிறார். மாஓயிஸ்ட் என எந்த ஒரு பழங்குடியினரையும் அடையாளப்படுத்திவிட்டால் பின் மிக எளிதாக அவர்களைப் பல்வேறு வகைகளில் பழிவாங்க முடியும் என்பதால் சாமியைப் பொருத்தமட்டில் மாஓயிஸ்ட்கள் பக்கம் பழங்குடி மக்களைத்

திருப்புவதைத் தவிர்த்தே வந்தார் எனவும் அனுபமா பதிவது குறிப்பிடத்தக்கது.

‘எங்கிருந்தோ வந்தான் இடைச்சாதி நான் என்றான் இங்கிவனை யான் பெறவே என்ன தவம் செய்துவிட்டேன்’ என மகாகவி பாரதி சொன்னதுபோல எங்கிருந்தோ வந்து எல்லோராலும் புறக்கணிக்கப்பட்ட பழங்குடி மக்களுக்காகத் தன் வாழ்வை அர்ப்பணித்து அவர்களுக்காகவே மாண்டவர்தான் அருட் தந்தை ஸ்டான் சாமி அவர்கள்.

குறிப்புகள்

1. இறுதிக் கட்டத்தில் நீதிமன்றத்திடம் ஸ்டான் சாமி அவர்கள் வேண்டிக் கொண்டது:

“நாளுக்கு நாள் நான் சாப்பிடும் அளவு குறைந்து கொண்டே வருகிறது. என்னோடு சிறையில் உள்ள சக விசாரணைக் கைதிகள் என்னைக் குறித்து மிகவும் கவலைப்படுகின்றனர். (இனி) நான் ஜே ஜே மருத்துவமனையில் சிக்கிச்சைக்குச் சேர்க்கப்படுவது என்பதைக் காட்டிலும் தலோஜா சிறையிலேயே சாவது நல்லது. என் உடல்நிலை தேறுவதற்கு வாய்ப்பில்லை. நீதிமன்றத்திடம் நான் வேண்டிக் கொள்வது ஒன்றே ஒன்றுதான். எனது இடைக்காலப் பிணை விடுதலையை அது பரிசீலிக்க வேண்டும். இதுதான் என் ஒரே வேண்டுகோள். என்னால் எழுதவும் முடியாது, நடக்கவும் முடியாது, உதவியின்றிச் சாப்பிடவும் முடியாது எனும் நிலைக்கு என்னைத் தலோஜா சிறைவாசம் ஆக்கியுள்ளது. நான் குணமாக வாய்ப்பில்லை. இந்த நிலை அப்படியே தொடரும். நான் ஒரே வேண்டுகோளைத்தான் நீதிமன்றத்தின் முன் வைக்கிறேன். என் இடைக்கால பிணை விடுதலை விண்ணப்பத்தைக் கொஞ்சம் கவனியுங்கள். அதுதான் என் ஒரே வேண்டுகோள்.”

2. தலோஜாவில் உள்ள ‘புனிதக் குடும்ப மருத்துவமனை’யின் மருத்துவத்துறை இயக்குநர் டாக்டர் டிசோசா அவர்கள் அமர்வு நீதிபதிகள் எஸ்.எஸ். ஷிண்டே, என்.ஜே.ஜமதார் ஆகியோர்

முன் கூறியது:

"பழங்குடி மக்கள் உரிமைச் செயல்பாட்டாளர் ஃபாதர் சாமி அவர்கள் நுரை ஈரல் தொற்று, கோவிட் 19 க்குப் பிந்திய நுரையீரல் சீர்கேடுகள் மற்றும் நிமோனியா பாதிப்பு ஆகிய நிலையில் எம் மருத்துவமனைக்குக் கொண்டுவரப்பட்டார். அவருக்குப் பார்கின்சன் நோயும் இருந்தது. ஜூலை 4 (2021) அன்று காலை 4.30 மணி அளவில் அவரது இருதயமும் செயலிழக்கத் தொடங்கியது. அவர் வெண்டிலேட்டரில் வைக்கப்பட்டார். இறுதிவரை சுய உணர்வை அவர் மீளப் பெறவில்லை..."

3. ஃபாதர் சாமி அவர்களுக்காக வழக்காடிய மூத்த வழக்குரைஞர் மிகிர் தேசாய் அவர்கள் சாமி அவர்களின் இறப்பு குறித்து நீதிமன்றத்தின் முன் கூறியது: "ஃபாதர் ஸ்டான் சாமி அவர்களுக்குச் சிகிச்சை அளித்த மருத்துவ மனை மீது எங்களுக்கு எந்த வருத்தமும் இல்லை. ஆனால் அவரைச் சிறையில் அடைத்திருந்த இந்த 'தேசியப் புலனாய்வு அமைப்பு (NIA)' மற்றும் மாநில அரசின் மீது எங்களுக்கு வருத்தமில்லை எனக் கூற முடியாது. சிறையிலிருந்து மருத்துவமனைக்குக் கொண்டு செல்ல 10 நாட்கள் வரை தாமதமானபோது நான் இது குறித்து நீதிமன்றக் காவலிடமும் முறையிட்டேன்". .

4. நீதிமன்ற அமர்வு கூறியது: "எங்களின் அத்தனை பணிவுடனும் நாங்கள் சொல்லிக் கொள்வது. இது அதிர்ச்சி அளிக்கும் செய்தி. அவர் விரும்பும் மருத்துவமனைக்கு அவரைக் கொண்டு செல்ல ஆணையிட்டோம். எங்களின் துயரை வெளிப்படுத்த எங்களிடம் சொற்கள் இல்லை... மற்றவற்றை இன்னொரு தேதியில் விசாரணைக்கு எடுத்துக் கொள்வோம்."

5.சாவது உறுதி என உணர்ந்த நிலையில் ஃபாதர் ஸ்டான் சாமி அவர்கள் சிகிச்சை கூடக் கோரவில்லை. நான் யாருக்காகக் கிட்டத்தட்ட நாற்பது ஆண்டுகளைச் செலவிட்டேனோ அந்த எளிய பழங்குடி மக்களிடம் சாக விரும்புகிறேன் என்றுதான் திரும்பத் திரும்ப வேண்டினார். பிணையில் விடுதலை என

அவர் திரும்பத் திரும்பக் கோருவது அவரால் சிறைவாசத்தைத் தாள முடியவில்லை என்பதல்ல. மாறாக மரணம் உறுதி எனும் நிலையில் அவர் தான் யாருக்காக வாழ்வை அர்ப்பணித்தாரோ அந்த மக்கள் மத்தியில் உயிரைத் துறந்து அவர்களால், அவர்கள் முறைப்படி தன் இறுதிச் சடங்குகள் நிறைவேற்றப்பட வேண்டும் என்பதுதான். ஆனால் இரும்பு நெஞ்சுகள் இறுதிவரை இளகவில்லை.

2. ஃபாதர் ஸ்டான் சாமி எனும் அன்பின் உறைவிடம்

ஒன்று

'ஃபாதர் ஸ்டான் சாமியின் உயிரிழப்பு நமது நீதித்துறையின் வரைமுறைகளிலும், நீதிபதிகள் சட்டங்களைப் பொருள் கொள்ளும் விதங்களிலும் ஒரு அதிர்வை ஏற்படுத்த வேண்டும்' என்று எழுதியது 'டைம்ஸ் ஆஃப் இந்தியா' நாளிதழ் (ஜூலை 7, 2021). 'இவர் செய்யவில்லை என இறுதியில் விடுதலை செய்யப்படும் ஒரு குற்றச்சாட்டின் பேரில் யாரொருவரையும் ஐந்தாறு ஆண்டுகளுக்குச் சிறையில் அடைத்து வைப்பது என்பது நீதிநெறிகளுக்கு இழைக்கப்படும் அநீதி" என்கிற மறைந்த நீதியரசர் பி. என். பகவதி அவர்களின் கூற்றை அந்த இதழ் அன்றைய தினத்தின் சிந்தனைக்குரிய கூற்றாகவும் நினைவு கூர்ந்திருந்தது. உலகம் முழுவதிலும் நீதிநெறிகளின் மீது நம்பிக்கை உடைய மக்கள் அனைவராலும் ஆகக் கடுமையான சொற்களால் கண்டிக்கப்பட்ட ஒரு நீதித்துறை அநீதியாக ஸ்டான் சாமி அவர்களின் மரணம் இன்று நம் முன் நிகழ்ந்துள்ளது.

நீதித்துறையை இவ்வாறு நாம் குற்றம் சாட்டுவது என்பதன் பொருள் பாதிரியார் ஸ்டான் சாமி அவர்களின் உயிரிழப்பில் அரசு, புலனாய்வு அமைப்பு ஆகியவற்றிற்குப் பங்கில்லை

என்பதல்ல. ஸ்டான் சாமி அவர்களின் மரணத்தை ஒட்டி இன்று கடும் விமர்சனத்துக்கு உள்ளாகியுள்ள UAPA சட்டம் காங்கிரஸ் ஆட்சிக் காலத்திலேயே உருவாக்கப்பட்டதுதான். தொடர்ந்து கடும் பிரிவுகள் அதில் சேர்க்கப்பட்டு வந்தாலும் பா.ஜ.க அரசு உருவானபின் அதில் இன்னும் கொடூரமான சட்டப்பிரிவுகள் சேர்க்கப்பட்டன. அது மட்டுமல்ல; இந்தச் சட்டத்தைப் பயன்படுத்திப் பெரிய அளவில் இங்கே அரசியல் பழிவாங்கல் கைதுகளும் மேற்கொள்ளப்பட்டன. மத்தியில் பா.ஜ.க ஆட்சி உருவானபின் 2015 முதல் 2019 வரை ஐந்தாண்டுகளில் மட்டும் 5128 பேர்கள் இச்சட்டத்தில் இந்தியா முழுவதும் கைது செய்யப்பட்டுள்ளனர். இப்படி இந்தச் சட்டத்தில் கைது செய்யப்படுபவர்கள், அவர்கள் ஸ்டான் சாமி போல நோய்வாய்ப்பட்ட வயசாளிகள் ஆனாலும் அவர்களுக்கு எளிதில் பெயில் அளிப்பதும் இல்லை. கைது செய்து 90 நாட்களுக்குள் குற்றப்பத்திரிகை தாக்கல் செய்யப்பட வேண்டும் எனச் சட்ட நூற்களில் இருந்தாலும் இன்று உருவாக்கப்பட்டுள்ள ‘தேசியப் புலனாய்வு மையம்’ (NIA) மற்றும் இந்தக் கொடும் புலனாய்வு அமைப்பால் கைது செய்யப்பட்டவர்களை விசாரிக்க என அமைக்கப்பட்டுள்ள NIA நீதிமன்றங்கள் ஆகியன இந்தக் கால கெடுவை நீடிப்பதற்கு ஒப்புதல் அளிக்கும் கொடுமையும் இவ்வழக்குகளில் சர்வ சாதாரணமாக மேற்கொள்ளப்படுகிறது. ஆக மொத்தத்தில் கொடும் UAPA சட்டத்தில் உள்ளே போனால் போனதுதான் என்பதுதான் இன்றைய நிலை. இதற்கொரு நிரூபணமாக அமைந்துள்ளது நீதித்துறைக் காவலில் நடந்துள்ள ஸ்டான் சாமி அவர்களின் மரணம்.

தவிரவும் நாளுக்கு நாள் மேலும் மேலும் இச்சட்டத்தின் வீச்சை அதிகப்படுத்திக் கொண்டே போகின்றனர். ஏதேனும் ஒரு அமைப்பின் ஒரு துண்டறிக்கை ஒருவர் வீட்டில் கைப்பற்றப்பட்டதாக NIA சொன்னாலே போதும் அவர் அந்த அமைப்பின் உறுப்பினர் என்பதற்கான சான்றாகவே அது இப்போது எடுத்துக்கொள்ளப்படுவது இதற்கொரு எடுத்துக்காட்டு.

இன்னொன்றையும் நாம் கவனத்தில் கொள்ள வேண்டும். இந்தக் கொடுஞ் சட்டத்தில் கைது செய்யப்பட்டவர்களில் வெறும் 2.2 சதம் பேர்கள்தான் தண்டிக்கப்படுகின்றனர். மற்றவர்கள் மீதான குற்றங்கள் நிறுவப்பட இயலவில்லை எனப் பல ஆண்டு சிறைவாசத்திற்குப் பின் அவர்கள் விடுதலை செய்யப்படுகின்றனர்.

இப்படி அவர்கள் அடைக்கப்படும் சிறைச்சாலைகளில் எந்த அடிப்படை வசதிகளும் இருப்பதில்லை. ஸ்டான் சாமி அவர்கள் பார்கின்சன் நோயால் பாதிக்கப்பட்டிருந்தவர். உடல் உறுப்புகளை விரும்பியபடி இயக்க இயலாத நோய் இது. அவருக்கு உறிஞ்சிக் குடிக்க ஒரு ‘ஸ்ட்ரா’ கூட கொடுக்க மறுத்த கொலை மனம் கொண்ட அதிகாரிகளையும், இந்த 84 வயதுக் கிழவர் கொடும் கோவிட் 19 தாக்குதலுக்கும் ஆளாகியுள்ளதைக் கடைசி வரை கண்டு பிடிக்க முடியாத கேவலமான மருத்துவ அமைப்பையும் கொண்டதுதான் இந்தியச் சிறைச்சாலைகள்.

இந்த வழக்கில் இவரோடு கைது செய்யப்பட்ட அந்த 16 பேர்களில் சிலர், இன்று எந்தச் சம்பவத்தின் பெயரால் இந்தக் கைதுகள் எல்லாம் மேற்கொள்ளப்பட்டனவோ, அந்த ‘எல்கார்’ பரிஷத் - ‘பீமா கொரேகான்’ நிகழ்ச்சிக்கே போகாதவர்கள். அண்ணல் அம்பேத்கரின் பேரன் முறையுள்ள ஆனந்த டெல்டும்டே பீமா கொரேகான் கொண்டாட்டத்தையே கோட்பாட்டு ரீதியாக மறுத்தவர். பிரிட்டிஷ் படைக்கும் பேஷ்வா இந்து அரசுக்கும் நடந்த அந்தப் போரில் தலித் படைவீரர்கள் இரு தரப்பிலுமே இருந்தனர். எனவே பேஷ்வா அரசு தோற்கடிக்கப்பட்டதை ஒரு தலித் வெற்றியாக நாம் பார்க்க வேண்டியதில்லை எனத் தத்துவ ரீதியாக விளக்கிய ஆனந்தும், பீமா கொரேகான் என்றால் என்னவென்றே தெரிந்திராத ஸ்டான் சாமியும் அந்தக் குற்றச்சாட்டின் அடிப்படையில் சிறையில் அடைக்கப்பட்டனர்.

இரக்கமற்ற காவல்துறை, இதயமற்ற நீதித்துறை எல்லாம் இந்த வழக்கில் என்னென்ன கொடுமைகளைச் செய்தன எனப்

பட்டியலிட்டால் அது முடிவில்லாமல் நீளும். ஸ்டான் சாமி போலவே நோய்வாய்ப்பட்ட மூத்த போராளியும் கவிஞருமான வரவரராவ் சிறுநீர் கழிக்க அமர்ந்தால் எழுந்திருக்க முடியாத நிலையில் உள்ளார் எனச் சக கைதிகள் சொல்லும் நிலையிலும் கூட அவருக்கும் 'பெயில்' கொடுக்க மறுக்கப்பட்டது. அவருக்குக் கோவிட் தொற்று உறுதியானபின் இப்போதாவது அவரைப் பிணையில் விடுதலை செய்யுங்கள் எனக் கோரியபோது அதற்கு எதிராக வழக்காட வந்த அரசு வழக்குரைஞர், 'வீட்டுக்குக் கொண்டுபோயும் மருத்துவமனையில்தானே சிகிச்சை செய்ய வேண்டும். அங்கேயும் குடும்பத்தார் எனச் சொல்லி நீங்கள் உள்ளே போக அனுமதிக்கமாட்டர்கள். அதற்கு இங்கேயே இருக்கட்டும்' எனத் திமிராகச் சொன்ன காட்சியை நாம் எப்படி மறப்பது?

"ஜெயில் அல்ல, 'பெயில்' தான் நீதி" என்று நீதியரசர் கிருஷ்ணையர் சொன்னதெல்லாம் இன்று பொய்யாய்ப் பழங்கதையாய்ப் போய்விட்டன. பெயிலில் விடுதலை செய்வது என்பது நீதிமன்றத்தின் விருப்ப முடிவு *(Discretion of the court)* என்றெல்லாம் கோட்பாட்டு ரீதியாகச் சொல்லப்பட்டாலும் அப்படி விடுதலை செய்யப்படுவது *UAPA* கைதுகளில் மிக மிகக் குறைவு. அதுவும் ஸ்டான் சாமி போன்றவர்களுக்கு அது பலனளிக்காது என்பதை நாம் நேரில் கண்டுவிட்டோம். *NIA* நீதிமன்றம் என்பது நீதியைப் பரிபாலிப்பதல்ல. அதன் ஒரே தொழில் ரிமாண்டில் நீண்ட நாட்கள் வைத்து அலைக்கழிப்பது மட்டுமே என்றாகிவிட்டது. குற்றச்சாட்டின் 'தீவிரம்' *(seriousness)* எனச் சொல்லி தனிமனிதச் சுதந்திரம் எனும் குடிமக்களின் அடிப்படை உரிமை *(right to personal liberty)* இன்று மண்ணில் புதைக்கப்பட்டுவிட்டது.

இதோ ஃபாதர் ஸ்டான் சாமியின் வரலாறு இவை அனைத்திற்கும் சாட்சியாக நம் முன் அரங்கேற்றப்பட்டுள்ளது.

இரண்டு

ஃபாதர் ஸ்டான் சாமி அவர்களை நான் ஒரே ஒருமுறை

சந்தித்துள்ளேன். ஐந்தாண்டுகளுக்கு முன், மாட்டுக்கறியின் பெயரால் மனிதர்களைக் கொல்லும் நிகழ்வுகள் இந்தியாவின் பல்வேறு பகுதிகளிலும் அரங்கேற்றப்பட்டுக் கொண்டிருந்த நேரத்தில், ஆக அதிகமாக முஸ்லிம்கள் கொல்லவும் தாக்கவும் பட்ட மாநிலமாக ஜார்கண்ட் இருந்ததை ஒட்டி உண்மைகளை அறிய நாங்கள் ஒரு குழு அமைத்து அங்கு சென்றிருந்தோம். அங்கு சென்றபின்தான் பெரிய அளவில், அதாவது கிட்டத்தட்ட தினம் ஒருவர் எனும் ரீதியில் அங்கு பழங்குடி மக்கள் கைது செய்யப்பட்டுச் சிறைகள் நிரப்பப்படும் செய்தியும் எங்களுக்குத் தெரிய வந்தது. ஆனால் அது குறித்து அங்கு யாரும் பேசுவதற்குத் தயாராக இல்லை. அத்தனை அச்சம் மக்களுக்கு. யாரிடமேனும் விவரங்கள் கேட்டால் எல்லோரும் உச்சரித்த ஒரே பெயர் 'ஃபாதர் ஸ்டான் சாமி'.

தலைநகர் ராஞ்சியிலிருந்து சுமார் ஆறு கி.மீ தொலைவில் இருந்த 'பகாய்ச்சா கேம்பஸ்' எனப்படும் கத்தோலிக்க அமைப்பொன்றின் அலுவலகத்தில் ஒதுக்கப்பட ஒரு சிறிய அறையில் நானும், கேரளத் தோழர் ரெனிஅய்லினும் அவரைச் சந்தித்தோம். சுமார் இரண்டு மணி நேரம் அவர் காலம் காலமாக அங்கு வாழும் பழங்குடி மக்களின் நிலங்கள் கார்ப்பொரேட்களுக்காகக் கைப்பற்றப்பட்டு, அவர்கள் அங்கிருந்து வெளியேற்றப்படும் கொடுமையை விளக்கினார். சராசரியாக ஒவ்வொரு நாளும் இரண்டு பழங்குடியினர் கைது செய்யப்படுகிறார்கள் என்பதை அவர் விரிவாக எளிய ஆங்கிலத்தில் சான்றுகளுடன் விளக்கினார். அது குறித்த அடிப்படை ஆவணங்களையும் தந்தார். புறப்படுமுன் அவர் பெயரில் இருந்த 'சாமி' எனும் சொல்லை மனம் கொண்டு, "ஃபாதர்! நீங்கள் எந்த மாநிலத்தவர் எனத் தெரிந்து கொள்ளலாமா?" என்று ஆங்கிலத்தில் வினவினேன். தமிழ்நாடு என்றார். திருச்சி மாவட்டம் விருகலூர் எனும் கிராமம். படித்ததெல்லாம் திருச்சி ஜோசப் கல்லூரியில் எனச் சொன்னபோது மிகவும் நெருக்கமாக உணர்ந்தேன். "கடைசியா எப்ப ஊருக்கு வந்தீங்க ஃபாதர்?" என நான் இப்போது உரிமையோடு தமிழில் கேட்டபோது அவர். "ஒரு

மூணு, மூணரை வருஷம் இருக்கும்” எனச் சற்று சிரமப்பட்டுக் கொண்டு தமிழில் சொன்னார். “அடிக்கடி ஊருக்கு வருவதில்லை. அண்ணன் குடும்பம் எல்லாம் அங்குள்ளனர். இந்த ஆண்டு வர்றதா சொல்லி இருந்தேன். ஆனால் இங்கே நிறையப் பிரச்சினைகள்” என்றார்.

2019 இல்தான் அவர் கடைசியாக ஊருக்கு வந்தார் என இன்று அறிகிறோம். ஊரிலிருந்து திரும்பிய ஒரு மாதத்தில் அவர் ஜார்கண்டில் கைது செய்யப்பட்டுள்ளார். “இரண்டு நாள்தான் இங்கே இருந்தார். அவர் பூசை வைத்தபோது ஊரே திரண்டிருந்தது” என அவரின் மூத்த சகோதரர் இருதயசாமி கூறியிருந்ததை ஏதோ ஒரு நாளிதழில் வாசித்தேன். ஏப்ரல் 26, 1937 அன்று லூர்துசாமி - கிட்டியம்மாள் தம்பதியின் ஐந்தாவது மகனாகப் பிறந்தவர்தான் ஸ்டான் சாமி என இன்று அறியப்பட்டுள்ள ‘ஸ்தனிஸ்லாஸ் சாமி’ அவர்கள். உள்ளூரில் உள்ள ‘செய்ன்ட் பீட்டர்ஸ்’ பள்ளியில் தொடக்கக் கல்வி. ஜோசப் கல்லூரியில் பி.ஏ முடித்தபின் திண்டுக்கல்லில் பாதிரியாருக்குப் படித்துள்ளார். பிலிப்பைன்ஸில் மணிலாவில் அவர் பாதிரியார் பட்டம் பெற்றபின் (1970) அடுத்த ஆண்டு இங்கு வந்துள்ளார்.

“அவர் மிகவும் எளிய மனிதர். அவருக்குப் பெரிய தேவைகள் இருந்ததில்லை. சாகும்வரை அவருக்கு வங்கிக் கணக்கு கிடையாது” என அவரது மூத்த சகோதரர் கூறியபோது ஜார்கண்டில் அவரது எளிய அறை எனக்கு நினைவில் வந்தது. விருகலூரில் பாதிரியாராகிறவர்களை ஊர்வலமாக அழைத்துச் சென்று கொண்டாடி ஒரு அழகிய நினைவுச் சின்னம் ஒன்றைப் பரிசளிப்பது வழக்கம். இன்றும் அவரது பூர்வீக இல்லத்தில் அது சுவற்றில் மாட்டி உள்ளதை நாளிதழ் ஒன்று சொல்கிறது.

2016 இல் அவர் ஊருக்கு வந்தபோது எல்லா உறவினர்கள் வீட்டிற்கும் சென்று பார்த்து வந்தாராம். மறுபடி வருவேனோ தெரியாது என்றாராம். இன்று விருகலூர் கிராமமே அவருக்காகக்

கண்ணீர் சிந்துகிறது. அவருடைய படத்தை வைத்து மலர்களை மட்டுமின்றி ஒரு பாட்டிலில் உறிஞ்சு குழாய்களையும் (சிப்பர் / ஸ்ட்ரா) வைத்துள்ளனர் என்பதை வாசிக்கிறபோது நம் கண்களில் நீர் திரள்வதைத் தடுக்க முடிவதில்லை.

“எங்களுக்கு ஒரே ஆசைதான். அவரது நினைவாக அவரது எரியூட்டப்பட்ட உடலின் இரு சிறு துண்டு ஏதும் கிடைத்தால் நாங்கள் இங்கே அவருக்கு ஒரு நினைவுக் கல்லறை அமைப்போம். கிறிஸ்தவ சபையிடம் கேட்டபோது, கொரானா காலத்தில் அதெல்லாம் சாத்தியமில்லன்னு சொல்லிட்டாங்க” என்கிறார் அவரது சகோதரர்.

மூன்று

ஒரு இளம் பாதிரியாராக ஜார்கண்டுக்கு வரும்போது ஸ்டான் சாமி அவர்களின் வயது 28. அப்போது ஜார்கண்ட் பீகார் மாநிலத்தின் அங்கமாக இருந்தது. சைபசா எனும் இடத்தில் உள்ள பழங்குடி ‘ஹோ’ *(Ho Tribe)* மக்களுடன் வாழ்ந்து அவர்கள் குறித்து அறிந்துகொள்வது அவரது நோக்கம். பழங்குடிகளைப் பற்றியும், இன்று அவர்கள் சந்திக்கும் பிரச்சினைகள் குறித்தும் சரியாகப் புரிந்துகொள்ள அவை குறித்த துறைசார் கல்வியின் தேவையை உணர்ந்த அவர் சமுகவியல் அறிவை வளர்த்துக் கொள்ளும் முகமாக பெல்ஜியம் சென்று ஓராண்டு படித்துள்ளார். தேர்ச்சி பெற்ற அவருக்கு டாக்டர் பட்டத்திற்குப் படிக்க வாய்ப்பளிக்கப்பட்டும்கூட, என்னுடைய நோக்கத்திற்கு இதுவே போதுமானது என அதை மறுத்து நேராக சைபஸா வந்து பழங்குடி மக்களுடன் தன் வாழ்வைத் தொடங்கியுள்ளார். 1980 களில் ISI *(Indian Social Institute)* இயக்குனராகச் சிலகாலம் பெங்களூருவில் இருக்க நேர்ந்தபோதும் அவர் பழங்குடி மக்களின் பிரச்சினைகளிலேயே கரிசனம் கொண்டிருந்தார் எனத் தெரிகிறது. 1990களில் மீண்டும் ஜார்கண்ட் வந்துள்ளார். இப்போது ஜாம்ஷெட்பூரில் இருந்துள்ளார். ஜார்கண்ட் பெரிய அளவில் பழங்குடி மக்கள் வாழும் மாநிலம். பெரிய அளவில் கனிம வளம் நிறைந்த

மாநிலமும் கூட. அங்கே என்ன மாதிரி பிரச்சினைகள், கொள்ளைகள் நடக்கும் என்பதை விளக்க வேண்டியதில்லை. காலம் காலமாகத் தாம் வாழ்ந்த பகுதிகளிலிருந்து மக்கள் வெளியேற்றப்படும்போது பழங்குடிமக்கள் அவற்றை எதிர்ப்பது இயற்கை. மிகக் கொடூரமான முறைகளில் அந்த எதிர்ப்புகள் நசுக்கப்படும்போது அவர்களோடு, அவர்களுக்காக வாழ்ந்து, இப்போது அவர்களுக்காகவே உயிரையும் தத்தம் செய்தவர்தான் ஸ்டான் சாமி. கடைசி நாட்களில் அவர் நீதிமன்றத்திடம் வேண்டிக் கொண்டதும் அது ஒன்றுதான். “பிணையில் என்னை விடுதலை செய்யுங்கள்” எனக் கோரியதும் கூடத் தான் யாருக்காகத் தன் வாழ்வைத் தத்தம் செய்து கொண்டாரோ அவர்களின் மத்தியில் சாக விரும்பியதால்தான்.

கொடூரர்கள் அதற்கும் அவரை அனுமதிக்கவில்லை

3. நான் செய்த 'குற்றம்'தான் என்ன?

(கைதுக்கு முன்னதாக ஃபாதர் ஸ்டான் சாமி (Oct 2020) எழுதிய குறிப்பு இது. மாஓயிஸ்டுகளுடன் அவருக்கு எதுவும் தொடர்பில்லை. ஆனால் அப்படிச் சொல்லிச் சிறையில் அடைக்கப்பட்டு அங்கேயே அவர் மரணத்திற்கும் தள்ளப்பட்டுள்ளார். அதன் பின்னணி குறித்து அவர் கைது செய்யப்பட இருந்த நிலையில் இறுதியாகக் கூறியவை.)

கடந்த முப்பதண்டுகளாக நான் ஆதிவாசிகளுடனும், சுய மரியாதையுடன் கூடிய ஒரு கண்ணியமான வாழ்க்கையை நடத்துவதற்காக அவர்கள் நடத்தும் போராட்டங்களோடும் என்னை அடையாளப் படுத்திக் கொள்ள நான் முயன்று வருகிறேன். ஒரு எழுத்தாளன் எனும் வகையில் நான் அம் மக்கள் எதிர்கொள்ளும் பல்வேறு பிரச்சினைகளைப் பகுத்தாய்வு செய்ய முயல்கிறேன். இந்த நடைமுறையின் ஊடாக அரசு அறிவிக்கும் பல கொள்கைகள் இயற்றிய சட்டங்கள் ஆகியவற்றுடன் நான் பொருந்தாமல் போகும்போது அவற்றுக்கு நான் என் எதிர்ப்பையும் மாற்றுக் கருத்தையும் தெளிவாகத் தெரிவித்துள்ளேன். அரசும் ஆளும் வர்க்கமும்

இப்படி மேற்கொண்ட நடவடிக்கைகளின் நியாயங்களையும், இருக்கும் சட்டங்களுக்கும் நீதி நெறிக்கும் அவை எதிராக உள்ளதையும், கேள்விக்குள்ளாக்கி வந்துள்ளேன்.

1.அரசியல் சட்டத்தின் ஐந்தாவது அட்டவணை மிகத் தெளிவாக 'பழங்குடி ஆலோசனைக் குழு' (Tribal Advisory Committee TAC) ஒன்றை அமைக்க வேண்டும் எனக் கூறுகிறது.. அது மட்டுமல்ல; அந்தக் குழு முழுவதும் ஆதிவாசிகளாலேயே நிரப்பப்பட வேண்டும் எனவும் வரையறுக்கிறது [Indian Constitution Article 244 (1)]. ஆதிவாசிகளின் பாதுகாப்பு, நல வாழ்வு, வளர்ச்சி. நீதி நெறி முதலானவை தொடர்பான எந்த ஒரு பிரச்சினை குறித்தும் அக் குழுவினர் மாநில ஆளுநருக்கு அறிவுரை வழங்குவார்கள். ஆனால் இவை எல்லாம் செயல்படுத்தப்படாதபோது அதை நான் சுட்டிக் காட்டிக் கேள்விக்கு உள்ளாக்கியுள்ளேன்

2. அட்டவணைப் பகுதிகளில் பஞ்சாயத்துகளை விரிவாக்கம் செய்வது தொடர்பான சட்டம் (Panchayat Extension to Scheduled Aras Act [PESA], 1996 [No:40 of 1996) முக்கியமான ஒன்று. கிராம சபைகள் மூலமாகத் தம்மைத் தாமே நிர்வகித்துக் கொள்ளும் ஒரு வளமான சமூக, மற்றும் பண்பாட்டுப் பாரம்பரியம் இந்தியாவில் உள்ள ஆதிவாசிச் சமூகங்கள் மத்தியில் இருந்தது என்கிற உண்மையை முதன் முதலாக ஏற்றுக் கொண்ட சட்டம் அது. ஆனால் ஏன் அது முழுமையாகப் புறக்கணிக்கப்பட்டு விட்டது என்பதையும் நான் கேள்விக்குள்ளாக்குகிறேன்.

3.உச்ச நீதிமன்றத்தின் 'சமந்தா தீர்ப்பு' [Samantha Judgement-1997, SC [Civil Appeal Nos: 4601-2 of 1997] மிக முக்கியமான ஒன்று... தங்களின் நிலங்களில் பொதிந்து கிடக்கும் கனிமங்களைத் தோண்டி எடுத்துச் செல்வதைக் கட்டுப்படுத்திப் பொருளாதார ரீதியாகத் தம்மை வளர்த்துக் கொள்ள சில குறிப்பிடத்தக்க பாதுகாப்புகளுக்கு வழி வகுக்கக்கூடிய ஒரு நல்ல தீர்ப்பு அது. ஆனால் அமுல்படுத்தப்படுவதில்லை. இது குறித்த என் ஏமாற்றத்தை நான் வெளிப்படுத்துகிறேன்

4. பாரம்பரியமாக வனங்களில் வசிக்கும் பழங்குடிகள் மற்றும்

இதர மக்களுக்குக் காலம் காலமாக இழைக்கப்பட்டு வந்த அநீதிக்கு ஒரு முடிவுகட்டுவதற்கு வழிவகுக்கும் என நம்பிய சட்டம்தான் ”2006 வன உரிமைச் சட்டம்” *(Forest Rights Act, 2006: [Act of Parliament]*. இது வேண்டா வெறுப்புடன் அரை குறையாக அமுல்படுத்துவதை எதிர்த்து நான் தொண்டை வறளக் கத்துகிறேன்.

5. நிலத்துக்கு யார் உரிமையாளரோ அவர்கள்தான் அந்த நிலத்தின் கீழே அமிழ்ந்து கிடக்கும் கனிம வளங்களுக்கும் சொந்தக்காரர்கள்” எனும் உச்ச நீதிமன்றத் தீர்ப்பைச் *[SC: Civil Appeal No: 4549 of 2000]* செயல்படுத்த ஏன் அரசு விருப்பம் இல்லாமல் உள்ளது என்கிற கேள்வியை நான் எழுப்புகிறேன். அது மட்டுமல்ல. தொடர்ந்து மண்ணுக்கு அடியில் புதைந்து கிடக்கும் நிலக்கரிப் பாளங்களை, அந்த நிலத்தின் உரிமையாளர்களுக்கு எந்தப் பங்கும் இல்லாதவாறு ஏலம் போடுகிறபோது அதையும் எதிர்க்கிறேன்.

6. 2003ஆம் ஆண்டு நிலம் கையகப்படுத்தும் சட்டத்தில் ஜார்கண்ட் அரசு சமீபத்தில் சட்டத்திருத்தம் ஒன்றை இயற்றியுள்ளது. இது வரைக்கும் நிலம் இப்படிக் கையகப் படுத்தப் படும்போது அந்த நிலத்தில் வாழும் சமூகங்களின் மீதான பாதிப்பு குறித்த கணிப்பு *(Social Impact Assessment)* மேற்கொள்ளப்பட வேண்டும் என்பது நிபந்தனையாக இருந்தது. அது இந்தத் திருத்தத்தில் நீக்கப்பட்டுள்ளது. இது மிகவும் ஆபத்தானது. இது குறித்த என் ஐயத்தையும் நான் வெளிப்படுத்தி உள்ளேன். இது ஆதிவாசி மக்களுக்கு இறுதிச் சங்கு ஊதுவதாகவே ஒலிக்கிறது என்பதைச் சொல்லியுள்ளேன். அது மட்டுமல்ல விவசாய நிலங்கள் மற்றும் இரு போகம், முப்போகம் விளையும் நிலங்கள் எல்லாவற்றையும் விவசாயமல்லாத வேறு உபயோகங்களுக்காக வாரி வழங்கவும் இது வழி வகுக்கிறது.

7. ‘நில வங்கி’ *(Land Bank)* எனும் கருத்தாக்கத்தை நான் கடுமையாக எதிர்க்கிறேன். ஆதிவாசிகளை ஒழித்துக் கட்டுவதற்கான சமீபத்திய சதியாகவே நான் அதைப்

பார்க்கிறேன். இது எல்லா பொது நிலங்களையும் {*gair majurwa (commons)-*} அரசு நிலங்களாக அறிவிக்கிறது. இதுவும் மிகவும் ஆபத்தானது. பொது நிலங்கள் என்கிறபோது அதை அரசு தம் விருப்பப்படி கார்ப்பொரேட்களுக்கோ இல்லை வேறு யாருக்குமோ அள்ளிக் கொடுக்க முடியாது. அரசு நிலம் என அறிவிக்கப்பட்டதால் அவற்றை கார்ப்பொரேட்களின் சிறிய, பெரிய தொழில் முயற்சிகளுக்கு விருப்பம்போல வாரி வழங்கும் நிலை ஏற்படுகிறது.

8. இப்படி மக்கள் அநீதியாக வெளியேற்றப்படுவது, அநீதியாக நிலங்களைப் பறிப்பது, ஆதிவாசிகளை அவர்களின் நிலங்களிலிருந்து அநியாயமாக வெளியேற்றுவது ஆகியவற்றைக் கேள்வி கேட்கும் இளம் ஆதிவாசிகளையும் மூலவாசிகளையும் 'நக்சல்கள்' என முத்திரை குத்தி கண்டபடிக் கைது செய்வதை நான் எதிர்க்கிறேன். அவற்றுக்கு எதிராகப் பொதுநல வழக்குகள் தொடர்கிறேன்.. ஜார்கண்ட் அரசுக்கு எதிராக நான் உயர் நீதிமன்றத்தில் தொடுத்துள்ள பொது நல வழக்கில் வைக்கும் கோரிக்கைகள் இவைதான் *(i)*. விசாரணை தொடங்காமல் கைதிகளைப் பல காலம் சிறையில் முடக்காமல் அவர்களுக்குப் பிணையில் விடுதலை அளிக்க வேண்டும். இவர்கள் *(under trial prisoners- UTP)* எல்லோரும் சொந்தப் பத்திரத்தில் *(personal bond)* விடுதலை செய்யப்பட்ட வேண்டும். *(ii)*. விசாரணை தொடங்கினால் அதை இழுத்தடிக்காமல் விரைவாக நடத்தி முடிக்க வேண்டும். அப்படிச் செய்தால் உறுதியாகப் பெரும்பான்மையினர் விடுதலை செய்யப்படுவார்கள். *(iii)* நீதித்துறை ஆணையம் ஒன்றை அமைத்து *(Judicial commission)* ஏன் விசாரணை தொடங்கினால் அது விரைவாக முடிக்கப்படாமல் இழுத்தடிக்கப்படுகிறது? என்பதை ஆய்வு செய்ய வேண்டும். *(iv)* விசாரணைக் கைதிகள் எல்லோர் குறித்தும் மனுதாரர்கள் கேட்கும் தேவையான விவரங்களைக் கால தாமதம் இல்லாமல் கொடுங்கள். நான் வழக்கு தொடுத்து இரண்டு ஆண்டுகள் ஆகிவிட்டன. ஆனால் விசாரணைக் கைதிகள் குறித்து நான் கோரிய விவரங்கள் எதுவும் இன்னும் எனக்குக் கொடுக்கப்பட வில்லை. அரசு என்னை ஏன் அதன்

வழிக்கு வராமல் (சிறையில்) முடக்க விரும்புகிறது என்பதற்கு இதுவே காரணம் என நான் கருதுகிறேன். இப்படியான (கொடுஞ் சட்டங்களின் ஊடாக) பல வழக்குகளில் என்னைச் சிக்க வைத்து இந்த எளிய அப்பாவி மக்களுக்கு ஆதரவாக நான் மேற்கொண்டுள்ள இந்தச் சட்ட முயற்சிகளை முடக்குவதுதான் அவர்களின் நோக்கம்.

ஸ்டான் சாமி
ஜார்கண்ட்
அக்டோபர் 2020

4. ஸ்டான் சாமியின் மரணம் நீதித்துறையின் படுதோல்வி — நீதியரசர் மதன் பி. லோகூர்

(நீதியரசர் மதன் லோகூர் அவர்கள் ஆந்திரப் பிரதேசம், ஹரியானா முதலான மாநிலங்களில் தலைமை நீதிபதியாக இருந்து ஓய்வுபெற்றவர். ஸ்டான் சாமியின் சிறைக்காவல் மரணம் குறித்த அவரது கருத்துகள் மிகமிக முக்கியமானவை. கண்முன் நடந்துள்ள அநீதி அந்த மூத்த நீதிபதியை மிகவும் பாதித்துள்ளதை நம்மால் விளங்கிக் கொள்ள முடிகிறது.)

ஃபாதர் ஸ்டான் சாமியின் மரணம் தேசியப் புலனாய்வு முகமையின் *(NIA)* அற்பத்தனத்துக்கு ஒரு எடுத்துக்காட்டு. தண்ணீர்க் குவளையை கையால் எடுத்து வாய்க்குக் கொண்டு செல்லக் கூட இயலாத ஒருவருக்கு உறிஞ்சிக் குடிக்க ஒரு 'ஸ்ட்ரா' கொடுக்க மறுப்பதிலிருந்து, அவர் உடல்நிலை மோசமாக ஆகும்வரை அவரை மருத்துவமனைக்குக் கொண்டுசெல்ல அனுமதிக்காத அளவிற்கு அது கொடூரமானது. நீதித்துறையும் இதைக் கண்டுகொள்ளாமல் அமைதி காத்ததைக் கண்டு நான் அதிர்ச்சியும் வியப்பும் அடைந்தேன். இது மிக மிகத்

துயரமான ஒன்று. இம்மாதிரி நிலையிலுள்ள ஒரு மூத்தவருக்கு இடைக்காலப் பிணை விடுதலையை அளிப்பதில் நாம் ஒரு முட்டுச் சந்தை எட்டிவிட்டோமா?- அதுவும் இப்படியான ஒரு sensitive வழக்குகளில்....?

மதன் லோகூர்: எந்த ஒரு மனிதரையும் கையாளும்போது நாம் மனிதத்தன்மையுடனும், இரக்கத்துடனும் நடந்துகொள்வது மிக மிக முக்கியம். சிறைவாசிகள் உட்பட யார் ஒருவரையும் நாம் மனிதத்தன்மையுடன் கையாள வேண்டும். நமது சிறை அமைப்பில் நாம் பெரிய அளவில் சீர்திருத்தம் செய்ய வேண்டிய அவசியம் உள்ளது. நீதித்துறை தன் தந்தக் கோபுரத்திலிருந்து கீழிறங்க வேண்டும். மண்ணில் கால் பதிக்க வேண்டும். நோயில் வாடும் ஒரு 84 வயதுக் கிழவருக்கு பிணை விடுதலையை மறுப்பதில் என்ன சுகத்தைக் (thrill) கண்டீர்கள்? அது என்ன பெருமைக்குரிய விஷயமா? வயதானவர்களையும், முடியாதவர்களையும் நன்றாக நடத்தவேண்டும் என நமக்குச் சொல்லித் தரவில்லையா?

கேள்வி: ஒட்டுமொத்த சமூகத்தின் பொது நலம் குறித்த கரிசனம் தனிநபர் சுதந்திரத்தைக் காட்டிலும் முக்கியமானது - என நீதிமன்றம் சொல்லியுள்ளதை எப்படிப் பார்ப்பது?

மதன் லோகூர்: அப்படிப் பொதுநலம் எனச் சொல்லி தனிநபர் உரிமையை மறுப்பதை நாம் ஏற்க முடியாது. இது வெளிப்படை. (ஸ்டான் சாமி வழக்கில்) அப்படி என்ன ஆதாரங்கள் முன் வைக்கப்பட்டுள்ளன? நீதிபதிகள் இந்திய அரசியல் சட்டம் மற்றும் இதர சட்டங்களுக்கும் கட்டுப்பட்டவர்கள். ஆனால் சமூகத்தின் பொதுநலம் என்றெல்லாம் எதுவும் வரையறுக்கப்படவில்லை. எனவே அப்படிச் சொல்லி அடிப்படை உரிமைகளை யாருக்கும் மறுப்பதை நாம் ஏற்க இயலாது, மன்னிக்கவும். NIA வும் இன்று விமர்சிக்கப்படுகிறது. அவரைக் கைது செய்து கொண்டுவந்து நிறுத்திய போதும் அவரை அது விசாரணக்கு எடுக்கவில்லை. ஒரு நாள்கூட அது அவரை விசாரணக்கு அழைக்கவில்லை. அக்டோபர் 2020

லேயே அவர் மீதான குற்றப்பத்திரிக்கை தாக்கல் செய்யப்பட்டு விட்டது. இதன் பொருள் பிணையில் விடுதலை கோரியபோது அவர் அதற்குத் தகுதியாக இருந்தார் என்பதுதான். இது ஒன்றே அவர் இப்படி உள்ளே வைத்திருந்தது தேவையற்றது என்பதற்கான ஆதாரம். அவர் தலைமறைவாகிவிடுவார் என்பதற்கோ, சாட்சியங்களைக் கலைப்பார் என்பதற்கோ எந்த ஆதாரங்களும் இல்லை. விசாரணை அமைப்பின் கவலை குற்றம் சுமத்தப்பட்டவர் விசாரணையின்போது இருக்க வேண்டும் என்பதுதான். பிணையில் விடுதலை அளித்தால் அவர் விசாரணை நடக்கும்போது வரமாட்டார் என்று கற்பித்துக் கொள்வது என்ன கொடுமை. விசாரணை அமைப்பு அப்படி எண்ணியுள்ளது என்பதுதானே இதன் பொருள்? என்ன அபத்தம்! ‘விசாரணைக்கு முன்பான தண்டனைக்கு’ அவரை ஆட்படுத்த வேண்டும் என்பதும், அவரது வாழ்வின் எஞ்சிய நாட்களை அவர் சிறையில் கழிக்க வேண்டும் என்பதும்தான் அவர்களின் நோக்கம் என நினைக்கிறேன்.

கேள்வி: UAPA சட்டத்தின் 43(D)5 பிரிவு இப்படி முன்னூகத்தின் பேரில் பிணை விடுதலையை மறுப்பதற்கு வழிவகுக்கிறது. இந்தப் பிரிவை உச்ச நீதிமன்றம் பரிசீலிக்குமா?

மதன் லோகூர்: பரிசீலிப்பது மிக மிக அவசியம். எந்தக் காரணம் கொண்டும் ஒருவருக்குப் பிணையில் விடுதலை அளிக்கக் கூடாது எனச் சொல்லும் எந்தச் சட்டமும் அரசியல் சட்டத்திற்கு எதிரானது. எவ்வளவு விரைவில் இந்தப் பிரிவை நாம் உதறித் தள்ளுகிறோமோ அத்தனைக்கு அது நல்லது. ‘பிணை விடுதலை அளிக்க முடியாத குற்றங்கள்’ எனும் கருத்தை அப்படியே பொருள்கொண்டு நீதிமன்றங்கள் செயல்படும் என்றால் நாம் இன்னும் மிக ஆழமான சிக்கல்களில் மாட்டிக் கொள்வோம்.

கேள்வி: தேசப் பாதுகாப்பு எனும் பெயரால் அரசியல் செயல்பாட்டாளர்கள், மாணவர்கள், அறிவுஜீவிகள் ஆகியோரை விடுதலை செய்யக் கூடாது என்பது போன்ற கொடுஞ்

சட்டங்களில் நீதிமன்றங்கள் தலையிட வேண்டும் என எதிர்பார்ப்பது அர்த்தமற்றதா?

மதன் லோகூர்: நீதித்துறைத் தலையீடு இவற்றில் மிக மிக அவசியம். அரசியல் சட்டம் வழங்கும் அடிப்படை உரிமைகளை அவை தடைசெய்யும்போது நீதித்துறைத் தலையீடு அவசியம். அப்படி இல்லாதபோது நமது அரசியல் சட்டம் வழங்கும் அடிப்படை உரிமைகளுக்கு நாம் 'குட்பை' சொல்ல வேண்டியதுதான்.

5. பீமா கொரேகான் வழக்கு விசாரணை குறித்த நீதியரசர் சந்திர சூடின் மாற்றுக் கருத்து

ஸ்டான் சாமி அவர்கள் இந்த வழக்கில்தான் கைது செய்யட்டார் என்ற வகையில் இதை நாம் புரிந்துகொள்வது அவசியம். பீமா கொரேகான் நிகழ்ச்சிக்கே போகாத ஸ்டான் சாமி போன்றோரும் அந்தக் கொண்டாட்டத்தையே ஏற்காத ஆனந்த் டெல்டும்டேயும் இன்று இந்த வழக்கில் கைது செய்யப்பட்டுள்ளார்கள். இந்த வழக்கு இப்படிப் பல அபத்தங்கள் மற்றும் பலவீனங்கள் நிறைந்த ஒன்று. ஆனால் *UAPA* சட்டத்தில் கைது செய்யப்பட்டால் அவர்களைப் பல ஆண்டுகள் குற்றம் நிரூபிக்கப்படாமலேயே சிறையில் அடைக்கலாம் எனும் நிலையைப் பயன்படுத்தி இன்று இத்துடன் தொடர்பே இல்லாத சமூகச் செயல்பாட்டாளர்களும் இந்த வழக்கில் கைது செய்யப்பட்டுள்ளனர். இந்த வழக்கு இட்டுக் கட்டப்பட்ட ஒரு பொய்மை என்பதை விளங்கிக் கொள்ள சந்திரசூட் அவர்களின் இந்த *dissent note* உதவும். தொடக்கம் முதல் இவ்வழக்கு எப்படிச் செல்கிறது என்பதைப் புரிந்துகொள்ள மிக முக்கியமான ஒரு ஆவணம் இது.

முதற்கட்டமாக இவ்வழக்கில் சுதா பரத்வாஜ், கவுதம் நவ்லக்கா,

வெர்னான் கோன்சால்வ்ஸ், அருண் ஃப்ரெய்ரா, வரவரராவ் ஆகிய ஐவரும் தடுப்புக் காவலில் வைக்கப்பட்டனர். இவர்கள் மீது தொடுக்கப்பட்டுள்ள வழக்கைத் தகர்த்து அவர்களை உடன் விடுதலை செய்யச் சொல்லி உலக அளவில் புகழ்பெற்ற வரலாற்று அறிஞர் ரொமிலாதாபர் மற்றும் பொருளியல் வல்லுனர் பேரா பிரபாதப் பட்நாயக், மூத்த பொருளியல் அறிஞர் தேவகி ஜெயின், காமன்வெல்த் மனித உரிமை அமைப்பின் மூத்த ஆலோசகர் மாஜா தாருவாலா ஆகிய அறிஞர்களும் கல்வியாளர்களும் உச்ச நீதிமன்றத்தில் ஒரு மனுவைத் தாக்கல் செய்தனர். அந்த மனு ஜூலை 17, 2020 அன்று விசாரணைக்கு வந்தது. அதை விசாரித்த தலைமை நீதிபதி தீபக் மிஸ்ரா உள்ளிட்ட மூன்று நீதிபதிகள் அமர்வு அம்மனுவைத் தள்ளுபடி செய்தது.

அது மட்டுமல்ல; மகாராஷ்டிர காவல்துறை இதை விசாரணை செய்தால் இவ்வழக்கில் நீதி கிடைக்காது என்பதால் ஒரு சிறப்பு விசாரணைக் குழு (SIT) அமைக்க வேண்டும் என்கிற இவ் அறிஞர்களின் கோரிக்கையையும் அது தூக்கி எறிந்தது. வீட்டுக் காவலில் அவர்கள் தொடர வேண்டும் என்றும் பிணையில் விடுதலை வேண்டுமென்றால் கீழ் கோர்ட்டை அணுகுமாறும் தீபக் மிஸ்ரா தலைமையிலான அந்த அமர்வு மூன்றுக்கு இரண்டு என்கிற அடிப்படையில் தீர்ப்பளித்துள்ளது.

நீதிபதிகள் தீபக் மிஸ்ராவும் ஏ.எம்.கன்வில்கரும் மட்டுமே இப்படியான தீர்ப்பைக் கூறியுள்ளனர். மூன்றாவது நீதிபதியான ஒய்.வி.சந்திரசூட் அவர்கள் இந்தப் பெரும்பான்மைத் தீர்ப்புக்கு எதிராக மாறுபட்ட கருத்தை முன்வைத்தார்.

சற்று விவரமாகப் பார்ப்போம். பெரும்பான்மைத் தீர்ப்பை வாசித்த தீபக் மிஸ்ரா இந்த ஐந்து பேர்கள் மீதுள்ள வழக்கை ரத்து செய்ய முடியாது என்று சொன்னதோடு நிற்கவில்லை. ‘இந்தக் கைது ஏதோ வெறுமனே மாற்றுக் கருத்தை (dissent) முன்வைத்ததற்காகவோ இல்லை அரசியல் கருத்து வேறுபாடுகளுக்காகவோ மேற்கொள்ளப் பட்டதல்ல’ என்றும், ‘குற்றம் சாட்டப்பட்டவர்கள் எந்த காவல்துறை தங்களை

விசாரிக்க வேண்டும் என்றெல்லாம் சொல்ல முடியாது' என்றும் கூறியுள்ளது குறிப்பிடத்தக்கது.

இந்நிலையில் இவ்வழக்கை விசாரித்த இந்த அமர்வின் மூன்றாவது நீதிபதியான சந்திரசூட் அவர்கள் வழங்கியுள்ள மாற்றுத் தீர்ப்பில், தீபக் மிஸ்ராவும் கன்வில்கரும் அளித்த இந்த பெரும்பான்மைத் தீர்ப்பைத் தான் ஏற்கவில்லை எனக் கூறியதோடு இந்த வழக்கைத் தொடுத்த மகாராஷ்டிர போலீசின் நோக்கத்தையும் செயல்பாடுகளையும் கடுமையாக விமர்சித்துள்ளார். தவிரவும் வழக்கு விசாரணை நியாயமாக இருக்க வேண்டுமானால் இவ்விசாரணைப் பொறுப்பை வேறொரு சிறப்புப் புலனாய்வு முகமையிடம் அளிக்க வேண்டும் எனவும் அவர் கூறியது குறிப்பிடத்தக்கது. சந்திரசூட் அவர்கள் மேலும் கூறியவை:

1.கற்றறிந்த தலைமை நீதிபதியும் என் சகோதர நீதிபதி கன்வில்கரும் சொன்னதைக் கோட்பாட்டு அடிப்படையில் என்னால் ஏற்க முடியவில்லை.

2. இந்த நீதிமன்றம் சென்ற ஆகஸ்ட் 29 அன்று மகாராஷ்டிர அரசு மற்றும் இதர பிரதிவாதிகளுக்கு விளக்கம் கேட்டு நோட்டீஸ் அனுப்புவது என முடிவெடுத்த அடுத்த சில மணி நேரங்களில் புனே காவல்துறை இணை ஆணையர் ஷிவார்ஜிராவ் ஓத்கே பத்திரிகையாளர் சந்திப்பு ஒன்றை நடத்தினார். கைது செய்யப்பட்ட ஐவரையும் புனே கொண்டு செல்லக் கூடாது எனவும் இவர்கள் தத்தம் வீடுகளிலேயே காவலில் வைக்கப்பட வேண்டும் எனவும் இந்த நீதிமன்றம் யாரைச் சொன்னதோ அந்த ஐவர் மீதும் மேலும் அதிகமான குற்றங்கள் செய்துள்ளதற்கான 'சான்றுகள்' கைப்பற்றப் பட்டுள்ளதாகவும் அவர் அந்தப் பத்திரிகையாளர் சந்திப்பில் கூறினார். இவரது இந்தச் செயல் மிகவும் கவலைக்குரிய ஒன்று. நீதிமன்றம் அன்று இட்ட ஆணைக்குப் பதிலளிக்கும் முகமாக எலக்ட்ரானிக் ஊடகத்தை இப்படிப் பயன்படுத்தியுள்ளார் இந்த ஜாயின்ட் கமிஷனர்.

3. வழக்குத் தொடர்பான இப்படியான சர்ச்சைக்குரிய தகவல்களை இந்த ஜாயின்ட் கமிஷனரும், சட்டம் ஒழுங்கு டி.ஜி.பியும் ஊடகங்களின் மூலம் இப்படி வெளிப்படுத்தி உள்ள நிலையில் இன்று இவ்வழக்கில் நடுநிலையான விசாரணை என்பது கேள்விக்குறியாகி உள்ளது. விசாரணை நடந்து கொண்டுள்ளபோதே பொதுக் கருத்தில் இப்படியான ஐயங்களை விதைப்பது, குற்றம் சுமத்தப்பட்டவர்களின் மரியாதையைக் குறைக்கும் வண்ணம் கருத்தை உருவாக்குவது என்பனவெல்லாம் விசாரணையின் நடுநிலைத் தன்மையைக் கேள்விக்குள்ளாக்குகிறது. குற்றத்தை உறுதி செய்வதோ தீர்ப்பளிப்பதோ போலீசின் வேலையல்ல. துரதிர்ஷ்டவசமாக இப்படியான நடவடிக்கை (நீதிமன்ற விசாரணைக்கு அப்பால்) ஒரு மீடியா விசாரணைக்கு (media trial) இன்று வழிவகுத்துள்ளது.

4.பீமா கொரேகான் சம்பவம் தொடர்பாகத் தொடங்கப்பட்ட விசாரணை குறித்து ஊடகங்களில் காவல்துறை வெளியிட்ட இக்குற்றச்சாட்டுகளின் ஊடாக இன்று விசாரணையின் போக்கு பிரதமரைக் கொலை செய்வதற்கான சதி என்கிற திசைக்குத் திரும்பியுள்ளது. இத்தகைய குற்றச்சாட்டு சாதாரணமான ஒன்றல்ல. மிகவும் பொறுப்புடன் கவனம் எடுத்து விசாரிக்க வேண்டிய விடயம். போலீஸ் அதிகாரிகள் மீடியாவில் மனம்போன போக்கில் பொறுப்பற்று வெளியிடக்கூடிய செய்தி அல்ல இது. ஆனால் இந்த வழக்கு விசாரணையின் போது இன்று குற்றம் சாட்டப்பட்டுள்ள இந்த ஐவரும் பிரதமர் மீதான கொலை முயற்சியில் ஈடுபட்டனர் எனும் திசையில் விசாரணை நடந்து கொண்டிருப்பதற்கான விவரங்கள் எதையும் முன்வைக்க காவல்துறையினர் சிரத்தை எதுவும் எடுத்துக் கொள்ளவில்லை. ஒரு சுதந்திரமான சார்பற்ற புலனாய்வை மகாராஷ்டிர காவல்துறை மேற்கொள்ளுமா என்கிற கேள்வியை இவை அனைத்தும் இப்போது எழுப்பியுள்ளன.

5.சுதா பரத்வாஜ் தோழர் பிரகாஷுக்கு எழுதிய கடிதம் என ஒன்று மீடியாவுக்குக் கொடுக்கப்பட்டுள்ளது. அந்தக் கடிதத்தின் உண்மைத்தன்மை குறித்துக் காத்திரமான பல

கேள்விகள் உள்ளன. தேதியில்லாத கடிதம் அது. ஈமெயில் தலைப்பு விவரமும் அதில் இல்லை. இந்தக் கடிதம் பொய்யாக உருவாக்கப்பட்டது என்கிற கருத்துடன் ஒரு அறிக்கை நீதிமன்றத்தின் முன் வைக்கப்பட்டுள்ளது. யாரோ மராத்தி மொழியை விவரமாகப் பேசக்கூடிய ஒருவர் இட்டுக்கட்டிச் செய்த வேலைதான் இக்கடிதம் என அது கூறுகிறது. இக்கடிதத்தில் 17 இடங்களில் தேவநாகிரி எழுத்துகளில் சொற்கள் எழுதப்பட்டுள்ளன. சுதா பரத்வாஜ் மகாராஷ்டிரத்தைச் சேர்ந்தவர் அல்ல. மராத்தி பேசுபவரும் அல்ல. மராத்தி மொழி இலக்கண விதிகளுக்கிணங்க தேவநாகிரி எழுத்துகளில் அவர் எழுதியிருப்பதற்கு வாய்ப்பில்லை.

6. CrPC 41 B யின்படி ஒருவரைக் கைது செய்யும்போது அதற்கு சாட்சியாக நிறுத்தப்படுபவர் ஒரு சுதந்திரமான நபராக இருக்க வேண்டும். ஆனால் இங்கு காட்டப்படும் இரு சாட்சிகளும் புனேயிலிருந்து கொண்டு வரப்பட்டவர்கள். புனே முனிசிபல் கார்ப்பொரேஷனில் பணி செய்பவர்கள்.

7. நீதியின் மேல் உள்ள பற்றின் அடிப்படையிலும், புலனாய்வு செய்யப்படும் விதத்தில் தீவிரமான ஐயங்கள் ஏற்பட்டுள்ள நிலையிலும் இந்தப் புலனாய்வை ஒரு சிறப்புப் புலனாய்வு முகமை அல்லது குழுவிடம் ஒப்படைப்பது அவசியம் எனக் கருதுகிறேன். அப்போதுதான் இவ்வழக்கில் எவ்வித சமரசத்துக்கும் ஆட்படாது நீதி கிடைக்கும்.

8. ஐவர் மீதும் தொடுக்கப்பட்டுள்ள வழக்கை ரத்து செய்யக் கோரியுள்ள இம்மனுதாரர்கள் யாரோ முகவரி அற்றவர்கள் அல்ல. தனிப்பட்ட நலன்களுக்காகவோ, அவசியல் காரணங்களுக்காகவோ இவர்கள் இந்த மனுவைத் தாக்கல் செய்துள்ளார்கள் என யாரும் சொல்ல இயலாது.

9. குற்றம் சாட்டப்பட்டவர்கள் மீதான மனித உரிமை மீறல்கள் அவர்களின் கண்ணியத்தைப் பாதித்துள்ளது என்பதில் ஐயமில்லை. இதனை எந்த இழப்பீடும் ஈடுசெய்துவிட இயலாது.

10. இந்தப் புலனாய்வு பொருளற்றுப் போகாமல் இருக்க வேண்டுமானால் ஒரு சிறப்புப் புலனாய்வுக் குழுவிடம் இவ்வழக்கு விசாரணையை ஒப்படைக்க வேண்டும் என்பதே என் கருத்து.

ஒரு பின் குறிப்பு:

பீமா கொரேகான் வழக்கில் தொடக்கத்தில் இருந்தே விசாரிக்க அமர்த்தப்படும் நீதிபதிகள் பொறுப்பிலிருந்து விலகி வந்தது குறிப்பிடத் தக்கது. இப்படி நீதிபதிகள் விலகுவதை (recuse) நாம் எப்படிப் புரிந்து கொள்வது? -பீமா கொரேகான் நிகழ்வு ஜனவரி 01, 2019 அன்று நடந்தது. அடுத்த ஒன்பது மாதத்திற்குள் அக்டோபர் தொடக்கத்திற்கு முன்பே தலைமை நீதிபதி ரஞ்சன் கோகோய் உட்பட அடுத்தடுத்து ஐந்து உச்ச நீதிமன்ற நீதிபதிகள் இவ்வழக்கிலிருந்து விலகினர். ஒரு வழக்கிற்கான அமர்வில் ஒரு நீதிபதியை அமர்த்தும் பொறுப்பு தலைமை நீதிபதிக்கே உண்டு என்கிறபோது தலைமை நீதிபதியே தன்னை அமர்த்திக் கொண்டு பின் விலகுவது என்பதென்ன?

ஒரு அமர்வில் அமர்த்தப்படும் நீதிபதி இவ்வாறு அதிலிருந்து விலகிக் கொள்வது முற்றிலும் அவரது உரிமை என்பதில் ஐயமில்லை. அந்த வகையில் இதை ஒன்றும் சொல்வதற்கில்லை என்ற போதிலும் இந்தக் குறிப்பான வழக்கில் இவ்வாறு நடப்பது எல்லோருடைய கவனத்தையும் அன்று ஈர்த்தது. .பீமா கொரேகான் பல வகைகளில் முக்கியத்துவம் வாய்ந்த ஒன்று. ஒரு தலித் பிரச்சினையை நக்சலைட் பிரச்சினையாக்கி, அந்த நிகழ்வில் கலந்து கொண்ட அடித்தள மக்களின் நலனைப் பேசும் அறிவுஜீவிகளை இன்று ஆண்டுக் கணக்கில் UAPA சட்டத்தின் கீழ் உள்ளே வைத்திருக்கும் பிரச்சினை இது. இது தொடர்பான வழக்கொன்றில் அந்த வழக்கைச் செல்லாததாக்குமாறு ரொமிலா தப்பார் உள்ளிட்ட அறிஞர் பெருமக்கள் தொடுத்த மனுவை உச்ச நீதிமன்றம் தள்ளுபடி செய்த போதிலும் அந்த அமர்வில் ஒலித்த ஒரே மாற்றுக் குரலாக (dissent) நீதியரசர் சந்திரசூட் முன்வைத்த கருத்துகளுக்கு

திருப்தியான பதில் இல்லாமலேயே இன்றுவரை அந்த வழக்கு நடந்துகொண்டுள்ளது. கண்ணியமிகு மக்கள் அறிவுஜீவிகள் இன்று சிறைக்குள்ளேயே உயிர்விடவும், உரிய மருத்துவ வசதிகள் இல்லாமலும் துன்புறுகின்றனர். அத்தகைய முக்கியத்துவம் வாய்ந்த ஒரு வழக்கில் இவ்வாறு உச்ச நீதிமன்ற நீதிபதிகள் ஒருவர் பின் ஒருவராக விலகியதை அத்தனை எளிதாக எடுத்துக் கொள்ள இயலாது.

பொதுவாக எத்தகைய சந்தர்ப்பத்தில் ஒரு நீதிபதி அமர்விலிருந்து *recuse* ஆவார்? ஏதோ ஒரு வகையில் வழக்கிலுள்ள ஏதேனும் ஒரு கட்சிக்கு ஆதரவாகத் தான் உள்ளதாக ஐயம் ஏற்படக்கூடும் எனக் கருதும்போது அந்த நீதிபதி தாமாகவே விலகிக் கொள்வது மரபு. ஏதோ ஒரு வகையில் உறவுக்காரர் அல்லது ஏதோ ஒரு வகையில் ஒருவருக்குச் சாதகமாக தீர்ப்பளித்தால் அந்த நீதிபதிக்கு லாபம் ஏற்படும் நிலை உள்ளது என்கிற ஐயம் யாருக்கும் வரும் என்றால் அப்போது அவர் விலகுவார்.

இந்த வழக்கில் இப்படி *recuse* ஆன நீதிபதிகளுக்கு அப்படி என்ன பிரச்சினை உள்ளது? என்ன பிரச்சினை இருக்க முடியும்?

ஒரு பக்கம் மூர்க்கமாக கருத்துரிமையை அழிக்க நிற்கும் பட்நாவிஸ் தலைமையில் அப்போது இருந்த மகாராஷ்டிர பா.ஜ.க அரசு. மறுபக்கம் ஒருவாழ்நாளை பழங்குடி மக்களுக்கும், அடித்தள மக்களின் உரிமைகளுக்காகவும் நின்ற "குற்றத்திற்காக" மட்டுமே இன்று வழக்கில் சிக்கியுள்ள மக்கள் அறிவுஜீவிகள். இதில் நீதியை உரைப்பதில் என்ன மாதிரியான பிரச்சினைகளை எதிர்கொள்வதாக நினைத்து மேன்மைதங்கிய இந்நீதிபதிகள் இன்று இப்படி நீதி உரைக்கும் பொறுப்பிலிருந்து விலகினர்?

தெரியவில்லை.

6. கணினிகளில் திணிக்கப்பட்டப் பொய் ஆவணங்கள் (Planted Evidences)

1. பீமா கொரேகான் வழக்கில் கைது செய்யப்பட்டவர்கள் மீது போடப்பட்டுள்ள வழக்குகள் திட்டமிட்டு மேற்கொள்ளப்பட்ட பொய்வழக்குகள் என்பதற்கு மேலும் மேலும் ஆதாரங்கள் குவிகின்றன. இந்திய அரசின் இந்தக் கொடு வழக்கு மோடி அரசை விமர்சித்த செயல்பாட்டாளர்களைப் பழிவாங்கப் போடப்பட்ட பொய்வழக்கு என்று இன்று உலக அளவில் அது கண்டிக்கப்படுகிறது புகழ்பெற்ற அமெரிக்கப் பத்திரிகையான ‘வாஷிண்டன் போஸ்ட்’ இது குறித்து வெளியிட்டுள்ள செய்திக் கட்டுரைகள் எல்லோரையும் அதிர்ச்சிக்குள்ளாக்கி உள்ளன. இவ்வழக்கில் கைது செய்யப்பட்டுச் சிறையில் உள்ளவர்களில் ஒருவர் கேரளத்தைச் சேர்ந்த ரொனா வில்சன். அதிர்ந்து பேசும் பழக்கம் கூட இல்லாத இந்த முன்னாள் *JNU* ஆய்வாளரின் லேப்டாப்பில் பிரதமர் மோடியைக் கொல்லும் திட்டம் ஒன்று குறித்த ஆவணங்கள் எடுக்கப்பட்டதாகக் குற்றம் சாட்டப்பட்டு இன்று சுமார் மூன்றாண்டுகளாக அவர் சிறையில் உள்ளார். அந்த இட்டுக்கட்டப்பட்ட பொய் ‘ஆவணங்கள்’ அவருக்கே தெரியாமல் அவரது லேப்டாப்பில் ‘ஹேக்’ செய்யப்பட்டவை

என்பது இன்று நிரூபணமாகியுள்ளது. ஒன்றல்ல இரண்டல்ல, 30 ஆவணங்கள் அவ்வாறு அவரது லேப்டாப்பில் ஹேக் செய்யப்பட்டுள்ளன.

இந்தக் கொடும் குற்றச்சாட்டு உலகளவில் இன்று இப்படிக் கண்டிக்கப்பட்டுள்ள போதிலும் எந்தப் பதிலும் இல்லாமல் மௌனம் காக்கிறது இந்தியாவை ஆளும் பா.ஜ.க அரசு. அவர்கள் கையில் ஆகக் கொடுமையான *UAPA* சட்டம் இருக்கிறது. யாரையும், எப்போது வேண்டுமானாலும் எந்த விசாரணையும் இல்லாமலும், எந்தக் குற்றச்சாட்டுகளுக்கும் பதில் சொல்லாமலும் இன்று இப்படிச் சிறை வைக்க முடிகிறது.

‘இருளில் செத்தொழிகிறது ஜனநாயகம்’ - என்பது இந்த வரலாற்றிற்கு வாஷிங்டன் போஸ்ட் கொடுத்துள்ள உட் தலைப்பு (பிப் 12, 2021).

ரொனா வில்சன் *JNU* வில் ஆய்வு முடித்து வெளிநாட்டு நிறுவனம் ஒன்றில் பணியில் சேர்வதற்கிருந்த நிலையில் பீமா கொரேகான் வழக்கில் கைது செய்யப்பட்டார். அவருடைய ‘லேப்டாப்’பில் பிரதமர் மோடியைக் கொல்வது குறித்தத் திட்டம் ஒன்றுக்கான அடிப்படை ஆவணம் ஒன்று சிக்கியதாகப் புலனாய்வுத் தரப்பில் சொல்லப்பட்டு இந்தக் கொடுங் கைதுகள் தொடர்ந்து நியாயப்படுத்தப்பட்டன.

அவ்வாறு முன்வைக்கப்பட்ட அந்த ‘ஆதாரங்கள்’ எல்லாம் வெளியிலிருந்து செய்யப்பட்ட போலி ஆவணத் திணிப்புகள் என்பதை ‘ஆர்சனல் கன்சல்டிங்’ என்கிற அமெரிக்கத் தடயவியல் ஆய்வு நிறுவனம் *(American forensic agency)* ஒன்று இன்று ஆதாரபூர்வமாக அம்பலப் படுத்தியுள்ளது. கைது செய்த புலனாய்வு நிறுவனமும் அரசும் இன்று மௌனம் காக்கின்றன. ரொனா வில்சனின் எதிர்காலம் இன்று பாழடிக்கப்பட்டுள்ளது. சுமார் மூன்றாண்டு காலமாக அவர் சிறையில் முடக்கப்பட்டுள்ளார். அவரோடு அதே வழக்கில் இன்னும் பல அறிவுஜீவிகள் கைது செய்யப்பட்டுள்ளனர். முதிய அறிஞர் பெருமக்கள் இன்று சிறையில் உயிருக்குப்

போராடிக் கொண்டுள்ளனர். இதற்கெல்லாம் என்ன தீர்வு? எந்த இழப்பீட்டின் மூலம் இவர்களுக்கெல்லாம் நீதி வழங்க முடியும்?

ஃபாதர் ஸ்டான் சாமியின் கணினிகளும் 'ஹேக்' செய்யப்பட்ட கொடுமை

கைதின்போது ஸடான் சாமி ஒரு வீடியோ பதிவை வெளியிட்டிருந்தார். அதில் அவர் கூறியது:

“NIA என்னை விசாரித்துக் கொண்டுள்ளது. ஆனால் இந்த விசாரணைகளுக்கும் பீமா கொரேகானுக்கும் எந்தத் தொடர்பும் இல்லை. ஆனால் அந்த வழக்கில்தான் நான் சந்தேகத்துக்குரிய குற்றவாளியாக விசாரிக்கப்படுகிறேன். ஆகஸ்ட் 28, 2018, மற்றும் ஜூன் 12, 2019 ஆகிய இரண்டு நாட்கள் என் அறை சோதனை இடப்பட்டது. என்மீது அவர்கள் இரண்டு குற்றச்சாட்டுகளை வைக்கிறார்கள். இடதுசாரித் தீவிரவாதிகளுடன் நான் தொடர்பில் உள்ளேன் என்பது ஒன்று. மற்றது என் மூலமாக நான் தங்கியுள்ள இந்த ‘பகாய்ச்சா’ நிறுவனமும் மாஓயிஸ்ட் தீவிரவாதிகளுடன் தொடர்பில் உள்ளது என்பது. நான் இந்த இரண்டையும் முழுமையாக மறுத்துள்ளேன். நான்கு நாட்களில் (ஜூலை 27 முதல் ஜூலை 30 வரை) நான் 15 மணி நேரம் விசாரிக்கப்பட்டுள்ளேன். என்னுடைய ‘பயோ டேடா மற்றும் இப்படியான சில தகவல்கள் தவிர என்னை மாஓயிஸ்டுகளுடன் இணைத்துக் காட்டும் ஆவணங்கள் எனச் சிலவும் என் கணினியிலிருந்து கைப்பற்றப்பட்டதாக என்னிடம் காட்டப்பட்டன. இவை எல்லாம் இட்டுக்கட்டப்பட்டவை எனவும், திருட்டுத்தனமாக என் கணினியில் வைக்கப்பட்டவை எனவும் சொல்லி அவர்களின் குற்றச்சாட்டை மறுத்தேன்.”

சுரேந்திர காட்லிங்கின் கணினியும் ஹேக் செய்யப்பட்டது.

ஸ்டான் சாமி அவர்கள் மறைந்த அடுத்த நாள் ஆர்சனல் கன்சல்டிங் ஏஜன்சி பீமா கொரேகான் வழக்கில் கைது செய்யப்பட்டுச் சிறையிலுள்ளவர்களுள் ஒருவரான சுரேந்திர

காட்லிங்கின் கணினியிலும் இவ்வாறு வெளியிலிருந்து பொய்யான ஆவணங்கள் புகுத்தப்பட்ட தகவலை வெளியிட்டது. *(Documents Planted on Computers: New Report After Stan Swami's Death, Indian Express, July 06, 2031).* அவர் கைது செய்யப்படுவதற்கு இரண்டு ஆண்டுகளுக்கு முன்பு அவருக்கு அனுப்பப்பட்ட மின்னஞ்சல்கள் ஊடாக அது திணிக்கப்பட்டதையும் அது நிறுவியது.

பீமா கொரேகான் வழக்கில் குற்றம்சாட்டப்பட்டவர்களின் கணினிகளில் இப்படியான 'தீம்பொருள்களை' *(malware)* திணிப்பது குறித்து இந்தியன் எக்ஸ்பிரஸ் *NIA* அதிகாரிகளிடம் கேட்டபோது பிரச்சினை வழக்கில் உள்ளதால் எதுவும் சொல்ல இயலாது என அவர்கள் மறுத்துள்ளனர்.

பீமா கொரேகான் வழக்கில் குற்றம் சாட்டப்பட செயல்பாட்டாளர்களின் குற்ற ஆவணங்கள் என அவர்களின் வழக்குரைஞர்களுக்குக் கொடுக்கப்பட்ட ஆவணங்களில் ஐயமுற்ற நம் வழக்குறைஞர்கள் அவற்றை உலகப் புகழ் பெற்ற அமெரிக்க நிறுவனமான ஆர்செனல் கன்சல்டிங்கிற்கு அனுப்பி ஆய்வு செய்தபோதுதான் இந்தக் கொடூர அநீதிகள் இப்படி அம்பலமாயின. *Boston Marathon bombing* போன்ற உலக அளவிலான வழக்குகளில் எல்லாம் இப்படி உண்மைகளை ஆய்ந்தறிந்து அம்பலப்படுத்திய நிறுவனம்தான் ஆர்சனல் கன்சல்டிங்.

வாஷிங்டன் போஸ்ட் இதை எல்லாம் ஏதோ சும்மா போகிறபோக்கில் சொல்லிச் செல்லவில்லை. இப்படியான கொடூரமான 'குற்றத்தை நிறுவும் ஆவணங்களை' *(Net wire Malware)* பயன்படுத்தி லேப்டாப் வைத்திருப்பவர்களுக்கே தெரியாமல் அவர்களின் கணினிக்குள் அவர்களைச் சிக்க வைக்கும் ஆவணங்களைத் திணிக்கும் வித்தையை 'ஆர்சனல் கன்சல்டிங்' *(Arsenal Consulting)* நிறுவனம் எல்லோர் முன்னும் செயல்படுத்திக் காட்டியது.

Ref: Bhima Koregaon: Key evidence against jailed activists planted using malware, says forensic report, Scroll.in, Feb 10, 2021

'Fake evidence planted': Jharkhand activist Stan Swamy claims before arrest, Oct 09, 2020

Further evidence in case against Indian activists accused of terrorism was planted, new report says, Washington Post, Ap, 20, 2021

Ref: Bhima Koregaon: Key evidence against jailed activists planted using malware, says forensic report, Scroll- May 29, 2021

7. பீமா கொரேகான் எழுச்சியும் கைது செய்யப்பட்ட 16 செயல்பாட்டாளர்களும்

ஒன்று: பீமா கொரேகான் என்பது என்ன?

2018 ஜூன் இறுதி வாரத்தில் வெளிவந்த இரு செய்திகள் நம்மை அதிர்ச்சி அடைய வைத்தன. ஜனவரி 01, 2018 அன்று மகாராஷ்டிர மாநிலத்தில் உள்ள பீமா கொரேகானில் நடைபெற்ற கலவரத்திற்கு மாஓயிஸ்டுகள்தான் காரணம் என சமூகப் போராளிகள் ஐவர் கொடும் UAPA சட்டத்தில் கைது செய்யப்பட்ட செய்தி ஒன்று. அந்த ஐவரில் ஒருவர் பிரதமர் மோடியைக் கொலை செய்யும் முயற்சி ஒன்றுடன் தொடர்புடையவர் என்றும் சொல்லப்பட்டது. மற்றது குஜராத் தேர்தல் பிரச்சாரத்தின்போது பிரதமர் மோடி கூறிய ஒரு குற்றச்சாட்டு ஆதாரமற்றது என அரசே ஒத்துக்கொண்ட செய்தி. மோடி முன்வைத்த குற்றச்சாட்டு மிகக் கடுமையானது. குஜராத் தேர்தலில் பா.ஜ.கவைத் தோற்கடிக்க பிரதமர் மன்மோகன்சிங்கும் காங்கிரஸ்காரர்களும் பாகிஸ்தானுடன் சேர்ந்து சதி செய்கிறார்கள் என்பதுதான் அது. தேர்தல் பிரச்சாரத்திற்காக இப்படியெல்லாம் பொய் சொல்வது எங்கு கொண்டுபோய் விடும்? மன்மோகன் சிங் மீது நமக்கு

அரசியல் ரீதியாக விமர்சனங்கள் இருக்கலாம். பண்பும், கண்ணியமும், தனிப்பட்ட நேர்மையும் மிக்க பொருளியல் அறிஞரும், பண்பாளருமான மன்மோகன் மீது இப்படி ஒரு அபத்தக் குற்றச்சாட்டை வைக்கும் அளவிற்கு இறங்கியது நரேந்திரமோடி அரசு.

மாஓயிஸ்டுகள் எனக் குற்றம் சாட்டப்பட்டு ஐவர் கைதாகி இருப்பது குறித்த செய்தியும் இப்படித் தேர்தலுக்காக அவிழ்த்து விடப்பட்ட பொய்தானா இல்லை அதில் ஏதும் உண்மை உள்ளதா என்பதைச் சற்று விரிவாக அலசுவோம். பீமா கொரேகான் வன்முறைக்குக் காரணம் இந்த ஐவர் என்கிறார்கள். அதென்ன பீமா கொரேகான்?

1818 ஜனவரி 1 அன்று மகாராஷ்டிரத்தில் உள்ள ‘கொரேகான் பீமா’ என்னுமிடத்தில் 824 வீரர்களைக் கொண்ட மகர் தலித் படையின் உதவியுடன் பிரிட்டிஷ் கிழக்கிந்தியக் கம்பெனி பேஷ்வா இரண்டாம் பாஜிராவின் படைகளை வென்றது. பாஜிராவின் படையில் அப்போது 28,000 வீரர்கள் இருந்தனர். அவர்களில் பெரும்பான்மையோர் மராத்தா வீரர்கள். இந்தியாவில் பிரிட்டிஷ் ஆட்சி நிறுவப்பட்ட வரலாற்றில் கிழக்கிந்தியக் கம்பெனியின் இந்த வெற்றி ஒரு முக்கியப் புள்ளி என்பது மட்டுமல்ல தலித் வீரத்தின் ஒரு அழியாத சான்றாகவும் இது அமைந்தது. உயர் சாதி பேஷ்வா ஆட்சி என்பது பெரிய அளவில் வருணாசிரமம், தீண்டாமை ஆகியவற்றைப் பேணும் ஒன்றாக இருந்து வந்தது. தீண்டத்தகாதவர்களாக ஒதுக்கி வைக்கப்பட்டவர்கள் இடுப்பில் விளக்குமாறைக் கட்டிக் கொண்டுதான் நடந்து செல்ல வேண்டும் என்கிற அளவிற்கு நிலைமை இருந்தது. தலித்கள் இந்தக் கொடுமைகளிலிருந்து விடுபடுவதற்கும் அந்த வெற்றி ஒரு தொடக்கப் புள்ளியாக அமைந்தது.

இந்த வரலாறு இன்றைய ஆட்சியாளர்களுக்குப் பிடிக்காத ஒன்று என்பதை விளக்க வேண்டியதில்லை. எனினும் அண்ணல் அம்பேத்கர் அவர்கள் இப்படியான தலித் மக்களின் வீரம்

செறிந்த வரலாற்றை மீளுருவாக்கம் செய்ய வேண்டும் என்கிற நோக்கில் 1927 முதல் ஒவ்வொரு ஜனவரி முதல் தேதி அன்றும் தலித் உணர்வாளர்கள் கொரேகான் பீமாவில் கூடி உறுதி மேற்கொள்வது என்பதைத் தொடங்கி வைத்தார்.

இந்த வரலாற்று நிகழ்வின் இருநூறாண்டு நிறைவு சென்ற ஜன 1, 2018 அன்று அமைந்ததை ஒட்டி பல்வேறு தலித் அமைப்புகளும் இணைந்து அதைக் கொண்டாடுவதென முடிவெடுத்தன. முதல் நாள் (டிசம்பர் 31, 2017) அன்று அம்பேத்கர் அமைப்புகள் பலவும் புனேயில் உள்ள ஷானிவர்வதா எனும் இடத்தில் கூடி, 'நவீன பேஷ்வாவிய ஒழிப்புப் பிரகடனம்' எனும் ஒரு ஒன்றுகூடலைச் செய்தனர். அதற்குப் 'பிரகடனக் கூடல்' (எல்கார் பரிஷத்) எனப் பெயரும் இட்டனர்.

புதிய தலித் எழுச்சியின் சின்னமாக இன்று உருப்பெற்றுள்ள ஜிக்னேஷ் மேவானி, டெல்லி ஜவஹர்லால் நேரு பல்கலைக் கழகப் (JNU) போராட்டத்தில் கைது செய்யப்பட்டுச் சிறை ஏகியவர்களில் ஒருவரான உமர் காலித், ஹைதராபாத் பல்கலைக் கழகத்தில் போராடி உயிர் நீத்த ரோஹித் வெமுலாவின் அன்னை ராதிகா வெமுலா எனப் பலரும் அதில் பங்கு பெற்றனர். தலித்கள், சிறுபான்மையினர், இதர பிற்படுத்தப்பட்டோர், இடதுசாரிகள் ஆகியோரின் ஒன்றிணைவாக அது அமைந்தது. இந்த ஒற்றுமையை ஆதிக்கத்தில் உள்ளோர் ஆத்திரத்துடன் நோக்கினர்.

அடுத்த நாள் (ஜன 1, 2018) பேஷ்வாக்கள் ஒழிக்கப்பட்ட 200ம் ஆண்டு வெற்றிக் கொண்டாட்டத்திற்காகப் பெருந்திரளாக பீமா கொரேகானில் மக்கள் கூடியிருந்தபோது ஒரு கும்பல் திரண்டு வந்து அதைத் தாக்கியது. ஆர்.எஸ்.எஸ் தலைவர்களில் ஒருவரான மனோகர் பிதே என்பவரின் 'சிரீ சிவ பிரதிஸ்தான் இந்துஸ்தான்' எனும் அமைப்பினரும், பா.ஜ.க வின் முன்னாள் மாநகராட்சி உறுப்பினர் மிலிந்த் ஏக்போட் என்பவரின் 'சமஸ்த் இந்து ஆகாடி' எனும் அமைப்பினரும்தான் அந்தத் தாக்குதலைச் செய்தனர் என எல்கார் பரிசத் அமைப்பினர்

குற்றம் சாட்டுகின்றனர். இரு தரப்புக்கும் இடையேயான கல்லெறி வீச்சில் அவ்வழியே சென்ற 28 வயது இளைஞர் ஒருவர் இறந்தார்.

2014 தேர்தலின்போது நரேந்திர மோடி மனோகர் பிதேயைச் சந்தித்து 'குருஜி' என விளித்ததை இன்று ஊடகங்கள் நினைவூட்டுகின்றன. இந்தக் கலவரத்திற்குக் காரணமானவர் என இன்று தலித் மக்களால் குற்றம் சாட்டப்படுகிற மனோகர் பிதேயின் மீது இப்போது எந்த நடவடிக்கையும் இல்லை. முதலமைச்சர் தேவேந்திர பட்னாவிஸ் அவரைக் குற்றமற்றவர் என அறிவித்தார். கலவரத்திற்குக் காரணமான இன்னொருவரான மிலிந்த் ஏக்போடே கைது செய்யப்பட்டாலும் விரைவில் அவரும் பிணையில் விடுதலை செய்யப்பட்டார்.

பீமா கொரேகான் வன்முறைகளுக்கு ஆர்.எஸ்.எஸ் காரணம் இல்லை எனவும் குறிப்பாக மனோகர் பிதேக்கும் கலவரத்திற்கும் எந்தத் தொடர்பும் இல்லை எனவும் பா.ஜ.க தரப்பில் சொல்லப்படுகிறது. தலித்கள்தான் காரணம் எனச் சொல்ல இயலாதாகையால் தலித்கள் மத்தியில் மாஓயிஸ்டுகள் ஊடுருவி விட்டனர் என பா.ஜ.க அரசு குற்றம் சாட்டியது. ஆனால் மகாராஷ்டிர பா.ஜ.க கூட்டணியில் உள்ளவரும் தேவேந்திர பட்நாவிஸ் அமைச்சரவையில் மூத்த அமைச்சருமான தலித் தலைவர் ராம்தாஸ் அதாவலே இதை மறுத்தார். மனோகர் பிதேதான் கலவரங்களுக்குக் காரணம் எனவும் எல்கார் பரிஷத்தில் மாஓயிஸ்டுகள் ஊடுருவிவிட்டதாகச் சொல்வது பொய் எனவும் அதாவலே அழுத்தம் திருத்தமாகக் கூறினார். இதைச் சுட்டிக் காட்டி, "அமைச்சரவைக்குள் ஏன் இந்த முரண், எது உண்மை?" என இன்று காங்கிரஸ் கேட்டது. பா.ஜ.க அரசும், கட்சியும் மௌனம் காத்தன. இவை அனைத்தும் மூன்றாண்டுகளுக்கு முன் நம் கண்முன் நடந்தவை.

இந்தப் பின்னணியில்தான் முதற்கட்டமாக டெல்லி, மும்பை, நாக்பூர் முதலான இடங்களில் ஐந்து பேர்களை மாஓயிஸ்டுகள் எனவும் அவர்களே பீமா கொரேகான் கலவரங்களுக்குக்

காரணம் எனவும் கைது செய்துள்ளனர். அவர்களில் ஒருவரான ரொனா வில்சன் டெல்லியில் தங்கியுள்ள வீட்டைச் சோதனை இட்டபோது அவரது லேப்டாப்பில் பிரதமர் நரேந்திர மோடியைக் கொல்லும் ஒரு சதித் திட்டம் தொடர்பான கடிதம் ஒன்று சிக்கியுள்ளதாகவும் அப்போது ஒரு பரபரப்புச் செய்தியும் கூடவே வெளியிடப்பட்டது. ராஜீவ் காந்தியைக் கொன்றது போல மோடியையும் கொல்வது என்பதாக அதில் கூறப்பட்டுள்ளதாகவும் ஆகப் பெரிய அளவில் செய்திகள் பரப்பப்பட்டன.

நாடெங்கும் மிகப்பெரிய அதிர்ச்சியை ஏற்படுத்திய இச்செய்தியை நம்புவதில் பல பிரச்சினைகள் உள்ளதை நடுநிலையாளர்கள் பலரும் சுட்டிக் காட்டினர். அப்போது கைது செய்யப்பட்ட இந்த ஐவர் மட்டுமல்ல, அதன்பின் கைது செய்யப்பட்ட ஃபாதர் ஸ்டான் சாமி உட்பட எல்லோரும் மிக வெளிப்படையாக மக்கள் மத்தியில் இயங்கியவர்கள். கேரளத்தைச் சேர்ந்த ரொனா வில்சன் டெல்லி *JNU*வில் ஆய்வை முடித்துவிட்டு வெளிநாட்டுப் பல்கலைக்கழகம் ஒன்றிற்கு விண்ணப்பித்துக் காத்திருப்பவர். இவர் பீமா கொரேகானுக்குப் போனதுகூட இல்லை. ‘அரசியல் கைதிகளை விடுதலை செய்வதற்கான இயக்கம்’ என்கிற அமைப்பில் இயங்கிக் கொண்டிருந்தவர். நான் அவரை அறிவேன். காங்கிரஸ் ஆட்சியின்போது காஷ்மீர் பள்ளத்தாக்கில் நடந்த அத்துமீறல்கள் உள்ளிட்ட மனித உரிமைச் செயல்பாடுகளில் அவரோடு நானும் பங்கு பெற்றுள்ளேன். மிகவும் மென்மையான மனிதர். இவ்வளவு படித்த ஒருவர் ஒரு பிரதமரைக் கொல்வது தொடர்பான சதித் திட்டத்தில் உண்மையிலேயே தொடர்புடையவராக இருக்கும் பட்சத்தில், அக்கடிதத்தை இப்படி அலட்சியமாகத் தன் லேப்டாப்பில் வைத்திருப்பாரா? இன்று எவ்வளவோ நவீனத் தொடர்பு வசதிகள் இருந்தும் ஒரு இயக்கம் இவ்வளவு முட்டாள்தனமாகவா ஒரு கடிதத்தை அனுப்பும் என்கிற கேள்விக்கெல்லாம் அப்போது பதில் இல்லை.

இப்போது ஃபாதர் ஸ்டான் சாமி, சுரேந்திர காட்லிங்,

ரொனா வில்சன் ஆகியோர் 'லேப்டாப்'களில் இருந்ததாகச் சொல்லப்படும் இப்படியான சதித்திட்ட 'ஆதாரங்கள்' எல்லாம் பொய்யானவை, வெளியிலிருந்து திணிக்கப்பட்ட 'தீம்பொருள்' *(malware)* என்பது அறிவியல் ரீதியாக உறுதி செய்யப்பட்டுவிட்டது. ஆனால் அரசுகளும், பீமா கொரேகான் வழக்குகளை நடத்திக் கொண்டுள்ள *NIA* வும் இது குறித்து வாய் திறக்கவில்லை. பத்திரிகையாளர்கள் கேள்வி கேட்டாலும் பதில் இல்லை.

மாஓயிஸ்ட் எனக் குற்றம் சாட்டப்பட்டு அப்போது கைது செய்யப்பட்ட இன்னொருவர் மஹேஷ் ராவத் : மும்பையில் உள்ள 'சமூக அறிவியல்களுக்கான டாடா நிறுவனத்தில் *(TISS)* பயின்றவர். 'பிரதமரின் கிராமப்புற வளர்ச்சிக்கான ஆய்வாளராக' *(PMRD)* கட்சிரோலி பகுதியில் இருந்து செயல்பட்டவர். அரசு அல்லது கார்ப்பொரேட் நடவடிக்கைகளால் இடப்பெயர்வுகளுக்கு ஆளான பரிதாபத்திற்குரிய மக்களுக்காகப் போராடும் அமைப்பின் பொறுப்பாளர்களில் ஒருவர். இவருக்கும் பீமா கொரேகான் நிகழ்வுகளுக்கும் எந்தத் தொடர்பும் இல்லை.

கைது செய்யப்பட்ட இன்னொருவரான ஷோமா சென், நாக்பூர் பல்கலைக் கழகத்தில் ஆங்கிலப் பேராசிரியை. பல்வேறு பெண்கள் அமைப்புகளில் இருந்து செயல்படுபவர். 'ஜனநாயக உரிமைகளைப் பாதுகாப்பதற்கான குழு' *(CPDR)* எனும் முக்கிய மனித உரிமை அமைப்பில் இருந்து செயல்படுபவர். ஒரு மார்க்சியச் சிந்தனையாளர் என்ற போதிலும் ஒரு ஆய்வாளர் என்கிற வகையில் மாஓயிஸ்டுகள் குறித்த விமர்சனங்களும் அவருக்கு உண்டு என்கிறார் அவரது மகள் கோயல். கைதாகியுள்ள வழக்குரைஞர் சுரேந்திர காட்லிங் 'இந்திய மக்கள் வழக்குரைஞர் சங்கம்' *(IAPL)* எனும் அமைப்பில் உள்ளவர். மாஓயிஸ்ட் என வேறொரு வழக்கில் இப்போது தண்டிக்கப்பட்டுள்ள பேராசிரியர் சாய்பாபாவின் வழக்கை நடத்திக் கொண்டிருந்ததுதான் இவர் செய்த குற்றம்.

கைது செய்யப்பட்டுள்ள சுதிர் தவாலே புனேயைச் சேர்ந்த கவிஞர். ‘விக்ரோதி’ என்கிற மராத்திய இதழ் ஒன்றின் ஆசிரியர். இவர் சில ஆண்டுகளுக்கு முன் மாவோயிஸ்ட் எனக் கைது செய்யப்பட்டு மூன்றாண்டுகாலம் சிறையில் இருந்தவர். இவர்கள் சார்ந்துள்ள இயக்கங்கள் எல்லாமே மாவோயிஸ்ட் இயக்கங்கள் என அரசு சொல்கிறது. மாவோயிசச் சார்பு அவற்றில் ஒருசிலவற்றிற்கு இருக்கிறது என வைத்துக் கொண்டாலும் இவர்கள் அனைவரும் வெளிப்படையாக இயங்கியவர்கள். வன்முறை நடவடிக்கைகளிலோ ஆயுதப் போராட்டங்களிலோ ஈடுபட்டவர்கள் அல்ல. பாதிக்கப்பட்ட ஏழை எளிய மக்களுக்கு ஆதரவாகச் செயல்பட்டவர்கள். அவ்வளவுதான்.

இவர்கள் கைது செய்யப்பட்டுள்ளதை இன்று ஆனந்த் டெல்டும்டே, அம்பேத்கரின் பேரர் பிரகாஷ் அம்பேத்கர், ஜிக்னேஷ் மேவானி முதலான தலித் தலைவர்கள் கண்டித்துள்ளனர். உருவாகிவரும் தலித் + இதர பிற்படுத்தப்பட்டோர் + சிறுபான்மையினர் + இடதுசாரிகள் எனும் ஒற்றுமையை எப்படியாவது சிதைக்க வேண்டும் என்கிற நோக்கத்திற்காகவும், பீமா கொரேகான் கலவரம் தொடர்பாக நியமிக்கப்பட்டுள்ள படேல் கமிஷனின் கவனத்தைத் திசை திருப்புவதற்காகவுமே இந்தக் கைது நாடகம் நடத்தப்படுகிறது என இவர்கள் ஒருமித்த குரலில் கூறுகின்றனர். காங்கிரஸ், மார்க்சிஸ்ட் கட்சி முதலானவையும் இக் கைதுகளைக் கண்டித்துள்ளன. காங்கிரஸ் ஒரு படி மேலே சென்று மோடியைக் கொல்வது தொடர்பாகக் கண்டெடுக்கப்பட்ட கடிதமே போலியாக இருக்கலாம் என்பதையும் அது அறிவியல் ரீதியாக நிறுவப்படும் முன்பே சுட்டிக் காட்டியது இங்கு குறிப்பிடத்தக்கது. இடைத் தேர்தல்களில் பா.ஜ.க தோற்றுக் கொண்டிருந்த நிலையில் இப்படி மோடியின் உயிருக்கு ஆபத்து உள்ளதாகக் கதை கட்டி அனுதாப அலையை உருவாக்கும் முயற்சி இது எனவும் காங்கிரஸ் சொல்லியது.

2002 குஜராத் படுகொலைகளுக்குப் பின் மோடியின் பிம்பம் கொஞ்சம் குலைந்தபோது 2003 -2007 காலகட்டத்தில் இதேபோல

மோடியின் உயிருக்கு ஆபத்து இருப்பதாகப் பெரிய அளவில் செய்திகள் பரப்பியதையும், கொல்ல வந்தவர்கள் எனச் சொல்லி மாணவி இர்ஷத் ஜெஹான் உட்பட என்கவுன்டர் கொலைகள் சில செய்யப்பட்டதையும், பின்னர் அவை போலி என்கவுன்டர்கள் எனப் பல ஐ.பி.எஸ் அதிகாரிகள் உள்ளிட்டோர் பிடிபட்டதையும், அவ்வாறு பிடிபட்ட டி.ஜி. வன்சாரா என்னும் ஐ.பி.எஸ் அதிகாரி, 'மோடி வகுத்தளித்த கொள்கையின்படியே இந்த என்கவுன்டர்கள் நடத்தப்பட்டன' எனச் சிறையிலிருந்து எழுதிய கடிதத்தையும் மறந்துவிட இயலாது.

இரண்டு: பீமா நிகழ்வையே மறுத்த ஆனந்த் டெல்டும்டே

'பீமா கொரேகான்' வழக்கில் கைது செய்யப்பட்டுள்ள 16 பேர்களில் எழுத்தாளரும் மிக முக்கியமான சில நூல்களின் ஆசிரியரும் டாக்டர் அம்பேத்கர் அவர்களின் பேரனுமான ஆனந்த் டெல்டும்டேயும் ஒருவர். இதில் மிகவும் வேதனை அல்லது வேடிக்கை என்னவென்றால் ஆனந்த் அந்த நிகழ்ச்சியில் கலந்து கொள்ளவில்லை என்பது மட்டுமல்ல, பீமா கொரேகான் நிகழ்வைக் கொண்டாடுவதையே அவர் கோட்பாட்டு ரீதியாக விமர்சித்தவர். எந்த ஒரு நிகழ்வை அவர் விமர்சித்தாரோ அதை ஆதரித்தார் எனவும். அதில் பங்குபெற்றார் எனவும் குற்றம் சாட்டப்பட்டு இன்று ஆனந்த் சிறையில் அடைக்கப் பட்டுள்ளார்.

ஜனவரி 02, 2018, *The Wire* ல். வெளிவந்த அந்தக் கட்டுரைக்கு ஆனந்த் கொடுத்திருந்த தலைப்பு: 'பீமா கொரேகான் எனும் புனைவு: எந்தப் 'புனைவை' அது தாண்டிவர விரும்புகிறதோ அதை அது வலுப்படுத்தவே செய்கிறது' - *(The Myth of Bhima Koregaon Reinforces the Identities It Seeks to Transcend).*

ஆனந்தின் அந்தக் கட்டுரையிலிருந்து சில:

இந்துத்துவ சக்திகளை எதிர்ப்பதற்கான உறுதி பாராட்டுக்குரியதே.

ஆனால் அதற்காகத் தேர்வு செய்யப்பட்டுள்ள இந்தப் புனைவு பெரிய அளவில் எதிர்மறை விளைவுகளுக்கே இட்டுச் செல்லும்.

பேஷ்வா எதிர்ப்பு பிரிட்டிஷ் படையில் தலித்கள் அதிகமாக இருந்தது உண்மைதான். பீமா நினைவுச் சின்னத்தில் அந்தப் போரில் கொல்லப்பட்ட 49 பெயர்கள் பொறிக்கப்பட்டுள்ளன. அதில் 22 பேர்கள் தலித்கள்தான் என்பது அவர்களின் பெயர்களிலிருந்து தெரிகிறது. ஆனால் 200 ஆண்டுகளுக்கு முன் கிழக்கிந்தியக் கம்பெனியின் படையில் அதிக அளவில் தலித்கள் பங்குபெற்றது தீண்டாமையை அல்லது பேஷ்வாக்களை எதிர்த்து அல்ல. அப்படிச் சொல்வது அபத்தம். இன்றைய அரசியல் சூழல் அல்லது இன்றைய தலித் அரசியலுடன் அதை இணைத்துப் பார்க்கக் கூடாது. அன்றைய சூழலில் கிழக்கிந்தியக் கம்பெனி படையில் சேர்ந்தால் நல்ல ஊதியம் கிடைக்கும் என்கிற நிலை இருந்ததாலும், அதில் எளிதில் சேர முடிந்ததாலும் அதிக அளவில் அதில் தலித்கள் சேர்ந்தனர்.

மற்றபடி பேஷ்வா படைகளிலும் தலித்கள் இருக்கவே செய்தனர். அது மட்டுமல்ல பேஷ்வா படைகளில் இருந்த மூன்று ரெஜிமென்ட்களிலும் மூன்றில் ஒரு பகுதி அரேபிய முஸ்லிம்களால் நிரம்பியிருந்ததும் குறிப்பிடத் தக்கது. இதன் பொருள் முஸ்லிம்கள் பேஷ்வாக்களின் இந்துத்துவ ஆட்சியை ஆதரித்தார்கள் என்பதல்ல. இப்படித்தான் பிரிட்டிஷ் படையில் தலித்கள் இருந்ததையும் பார்க்க வேண்டும்.

மற்றபடி இன்றைய அரசியல் மதிப்பீடுகளை பண்டைய வரலாற்று நிகழ்வுகளில் கொண்டு திணிப்பது எல்லாம் அபத்தம். அது இன்றைய தலித் சமூகத்தை இந்த அடையாள அரசியல் எனும் சதுப்பு நிலத்திற்குள் மேலும் மூழ்கடிக்கவே பயன்படும்.

பீமா கொரேகான் போராட்டம் என்பது இரு பெரும் சக்திகளுக்கிடையே நடந்த அதிகாரப் போராட்டம். தேசபக்தி, தலித் அரசியல் முதலான கருத்தாக்கத்திற்கு எல்லாம் இதில் எந்த இடமும் இல்லை. அந்தப் போர் நடந்த நூறாண்டுகளுக்குப் பின் தன் அரசியலுக்குப் பயன்படும் பொருட்டு அம்பேத்கர்

அதை ஒரு புனைவாக்கினார். அரசியல் திரட்டல்களுக்குப் புனைவுகளின் பங்கு எனும் வகையில் அவர் அதைப் பயன்படுத்தி இருக்கலாம். ஆனால் இரு நூற்றாண்டுகளுக்குப் பிறகு அது இறுகி ஒரு புனைவான பின்பு, இன்றைய சூழலில், அதையே பயன்படுத்துவது இப்போதைய அரசியலுக்கு உதவாது.

'இன்றைய பேஷ்வா ஆட்சியாக உருப்பெற்றுள்ள இந்துத்துவ முரடர்களின் ஆட்சியைக் கடுமையாக தலித்கள் எதிர்க்க வேண்டியது அவசியம்தான். ஆனால் இப்படிப் பழம் வீரக் கதைகளைப் பேசி இப்படியான இன்றைக்குப் பொருந்தாத புனைவுகளுக்குள் நெருப்புக் கோழிகள் போலத் தலையைத் திணித்துக் கொள்வது ஆபத்தானது.'

இவை ஆனந்தின் அந்தக் கட்டுரையின் முக்கியப் பகுதிகள். பீமா கொரேகான் - எல்கார் பரிஷத் கூடுகையின் மீது ஆனந்த் அப்போதே விமர்சனங்கள் வைத்ததற்கு ஒரு முக்கியச் சான்று இக் கட்டுரை. கட்டுரை எழுதியதோடு நில்லாமல் அவர் இந்த நிகழ்ச்சியிலும் இதே காரணத்திற்காகக் கலந்து கொள்ளவில்லை. ஆனால் அவர்மீதும் இவ்வழக்குத் தொடரப்பட்டது. அப்போது அவர் வெளியிட்டுள்ள அறிக்கையில் உள்ள சில பகுதிகள்தான் இவை.

Ref: Bhima Koregaon: Muth, Mretaphar and Meta-mission, Feb 03, 2018, EPW

8. கொடிய UAPA சட்டம், சாதகமாகப் பயன்படுத்தும் காவல்துறை, கண்டுகொள்ளாத நீதிமன்றங்கள்

(தடா, பொடா போன்ற முந்திய கொடுஞ் சட்டங்களுக்கும் இந்த UAPA சட்டத்திற்கும் ஒரு வேறுபாடு உண்டு. முந்திய இரண்டும் தற்காலிகச் சட்டங்கள். இரண்டு அல்லது மூன்றாண்டுகளில் அவை காலாவதி ஆகிவிடும். தேவையானால் அவற்றை நாடாளுமன்ற ஒப்புதலுடன் நீடித்துக் கொள்ளலாம். தேர்தல் வாக்குறுதியை ஒட்டி பொடா சட்டம் நீக்கப்பட்டபோது UAPA சட்டத்தில் அந்தக் கொடும்பிரிவுகளை எல்லாம் சேர்த்து அது வலுவாக்கப்பட்டது. தடா, பொடா என்பதெல்லாம் தற்காலிகச் சட்டங்கள். ஆனால் UAPA ஒரு நிரந்தரச் சட்டம். போகப் போகப் பல கொடும் பிரிவுகள் அதில் சேர்க்கப்பட்டு இன்று ஆகக் கொடூரமான நிரந்தரச் சட்டமாக இது ஸ்டான் சாமி போன்றோரின் உயிரைக் குடிக்கிறது. இச்சட்டம் குறித்து விரிவாக நான் எழுதியுள்ளதால் இங்கு அவற்றைத் தவிர்த்து சில குறிப்புகளை மட்டும் தருகிறேன்.)

ஒன்று

UAPA போன்ற கொடுஞ் சட்டங்கள் தேவையே இல்லை என்பதே ஜனநாயக நெறிகளை மதிக்கும் யாருடைய கருத்தாகவும் இருக்க முடியும். அதைப் பயன்படுத்திக்

கருத்து மாறுபாடுகளைக் கொடுங் குற்றமாக்குவது ஏற்கவே இயலாத ஒன்று. ஜனநாயகத்தில் அதற்கு இடமே இல்லை. பீமா கொரேகான் வழக்கில் ஃபாதர் ஸ்டான் சாமி உட்பட்ட அறிவுஜீவிகள் பலரும் எப்படி வெறுமனே கருத்து மாறுபட்ட ஒரே காரணத்திற்காக மட்டுமே கைது செய்யப்பட்டனர் என்பதை அறிவோம். தவிர்க்க இயலாத சம்பவங்களில் மட்டுமே அப்படிப் பயன்படுத்துவதாகச் சொன்னாலும் கூட இந்த வழக்கில் இப்படி 16 பேர்கள் மூன்றாண்டுகளாக, சாகும் தருவாயிலும் கூட பிணையில் தற்காலிக விடுப்பு அளிக்கப்படாத விசாரணைக் கைதிகளாகவே சிறையில் அடைக்கப்பட்டுள்ளதை எப்படித் தவிர்க்க இயலாதது எனச் சொல்ல முடியும். அந்த வகையில் சில மாதங்களுக்கு முன் 'டெல்லி கலவர வழக்கில்' இதே கொடுஞ் சட்டத்தில் சிறையிடப்பட்டிருந்த நடாஷா நர்வால், தேவேந்திர கலிதா, ஆசிஃப் இக்பால் தன்ஹா எனும் மூவரும் டெல்லி உயர் நீதிமன்றத்தால் பிணையில் விடுதலை செய்யப்பட்டது (ஜூன் 15, 2021) மிகவும் முக்கியமான ஒன்று.

UAPA சட்டத்தின் ஊடாக எளிதில் 'பெயில்' மறுக்கப்படுவதன் பின்னணியில் இச் சட்டத்தில் உள்ள *43 D 5* எனும் கொடிய பிரிவு முக்கியப் பங்கு வகிக்கிறது. வழக்குக் குறிப்பு *(case diary)* அல்லது குற்றப்பத்திரிகையில் *(charge sheet)* உள்ள தகவல்கள் மீதான நீதிபதியின் முதல் பார்வையில் *(prima facie)* ஒருவர் மீது சுமத்தப்பட்டுள்ள குற்றம் உண்மை என அவர் நம்பினால் அவருக்கு நீதிமன்றம் பிணை விடுதலை அளிக்கத் தேவையில்லை என்கிறது பிரிவு. பீமா கொரேகான் வழக்கில் ஸ்டான் சாமி உட்படப் பலருக்கும் 'பெயில்' மறுக்கப்பட்டபதன் பின்னணியாக இதுவே இருந்துள்ளது.

சில மாதங்களுக்கு முன்னர் கேரளாவில் *UAPA* சட்டத்தில் ஐந்தாண்டு காலமாக வழக்கு நடத்தப்படாமலேயே சிறையில் அடைக்கப்பட்டிருந்த ஒருவரை உச்ச நீதிமன்றம் 'பெயிலில்' விடுதலை செய்ததை அறிவோம் *(UAPA Can't be Used to Deny Bail to Accused in Jail for Years: SC, the quint, Feb 02, 2021).*

ஐந்தாண்டு காலம் ஒரு விசாரணைக் கைதியை விசாரணை இல்லாமலும், குற்றம் நிறுவப்படாமலும் சிறையில் வைக்க முடியுமானால் அப்படியான சட்டத்தைக் கொண்டுள்ள ஒரு நாட்டை ஜனநாயக நாடு என எப்படிச் சொல்ல முடியும்?

ஜனநாயகத்தின் அடிப்படைகளில் ஒன்று கருத்து மாறுபடல். அந்த வகையில் பெரும்பான்மையின் அடிப்படையில் ஆட்சி எனும்போது அதன் மாற்றவே இயலாத இன்னொரு பக்கமாக ஆட்சியின் கருத்துகளை விமர்சித்தல் மற்றும் அவற்றிலிருந்து மாறுபடல் என்பது அமைகிறது. பெரும்பான்மையின் ஆட்சி என்றால் அதில் சிறுபான்மைக்குக் கருத்துச் சுதந்திரம் இல்லை என்பதல்ல. அந்தச் சிறுபான்மை தங்கள் அரசியல் செயல்பாடுகளின் ஊடாகத் தம் கருத்துக்களைப் பரப்பி, அதை ஒரு பெரும்பான்மைக் கருத்தாக மாற்றிக் கொள்ளும் உரிமையை அவர்களுக்கு அளிப்பதே ஜனநாயகம். ஆனால் இங்கு என்ன நடக்கிறது? ஆகக் கொடூரமான இந்த *UAPA* சட்டம் மாற்றுக் கருத்துகளை நசுக்குவதற்காகவே இங்கு பயன்படுத்தப்படுகிறது. இன்று இந்தச் சட்டத்தின் கீழ் அடைக்கப்பட்ட அறிவு ஜீவிகள் அத்தனை பேரும் ஆயுதங்களை எடுத்துப் போராடியவர்களோ வன்முறையாளர்களோ அல்ல. ஸ்டான் சாமியைப் பொருத்தமட்டில் இந்த நூலில் முன்னொரு இடத்தில் சொல்லியுள்ளதுபோல தடை செய்யப்பட்ட இயக்கங்களுடன் ஸ்டான் சாமிக்கோ இல்லை அவரோடு இணைந்து உரிமைகளுக்காகப் போராடிய அந்தப் பழங்குடி மக்களுக்கோ எந்தத் தொடர்புகளும் இருந்ததில்லை. அதனாலேயே இந்தப் போராளிகளைச் சிறையில் முடக்குவதைக் குறிக்கோளாகக் கொண்டவர்கள் பொய்யான 'ஆதாரங்களை' வெளியிலிருந்து இவர்களின் கணினிகளுக்குள் திணிக்கும் நிலைக்கு இறங்கினர். இப்படிக் குடிமக்களின் மாற்றுக் கருத்துகளை முடக்குவதற்காக மட்டுமே இந்தக் கொடுஞ் சட்டங்களை அவர்கள் பயன்படுத்திக் கொண்டனர்.

கைது செய்யப்படுபவர்கள் மீது 60 நாட்கள் அல்லது 90 நாட்களில் குற்றப் பத்திரிக்கை தாக்கல் செய்தாக வேண்டும்.

ஆனால் *UAPA* சட்டத்தில் *180* நாட்கள் வரை குற்றப் பத்திரிக்கை தாக்கல் செய்யாமல் இருக்கலாம். அதற்குப் பின்னும் கூட ஏதோ காரணம் சொல்லி குற்றப் பத்திரிகை தாக்கல் செய்யாமல் நாட்களைக் கடத்துவதும் உண்டு. அதுவரைக்கும் குற்றம் சுமத்தப்பட்டவர் பிணை விடுதலையைக் கோர முடியாது; விண்ணப்பிக்கவே முடியாது. இப்படி அதிக நாட்கள் பெயில் கோர முடியாமலேயே சிறையில் வாடட்டும், வழக்கு நடத்தப்படாமலேயே சிறையில் முடங்கட்டும். ஸ்டான் சாமி மாதிரி மருத்துவம் இல்லாமலேயே சிறைக் காவலில் துன்புறட்டும், என்பதற்காகவே கருத்து மாறுபடும் குடிமக்களின் மீது இன்று அதிக அளவில் *UAPA* சட்டம் பயன்படுத்தப்படுகிறது. சிறந்த நீதிபதிகள் எப்போதும் குடிமக்களின் கருத்து மாறுபடும் சுதந்திரம் மற்றும் அதை வெளிப்படுத்தும் சுதந்திரத்தைத் தூக்கிப் பிடிக்கின்றனர். ஆனால் எல்லா நீதிபதிகளும் சிறந்த நீதிபதிகளாக இருப்பதில்லை.

இரண்டு

இதுபோன்ற வழக்குகளில் நீதிமன்றத்தின் முன் இரண்டு கேள்விகள் உள்ளன. அவை:

1. இந்த நபரை இப்படியான (கொடுஞ்) சட்டத்தின் கீழ் கைது செய்ய அரசுக்கு அரசியல் சட்ட அடிப்படைகளில் அதிகாரம் உள்ளதா, நமது அரசியல் சட்டத்தில் அதற்கு இடமுண்டா?

2. இப்படி அவர் கைது செய்யப்படுவது தேவைதானா? (அதாவது இந்தச் சட்டத்தின் கீழ் கைது செய்யப்படுபவர் அப்படிக் கைது செய்யப்படும் அவசியம் உள்ளதா?)

நீதிமன்றங்கள் பொதுவாக இரண்டாவது கேள்வியை மட்டுமே எடுத்துக் கொண்டு தீர்ப்பளிக்கின்றன. நடைமுறையில் உள்ள சட்டங்களின்படி அவரைக் கைது செய்யலாமா என்பதுதான் அது. *UAPA* சட்டத்தின் *43 D 5* போன்ற சட்டப் பிரிவுகள் அதற்குத் துணை செய்கின்றன. நமது அரசியல் சட்ட அடிப்படைகளில் அதற்கு அனுமதி உண்டா எனும்

கேள்விகளை ஆட்சியாளர்கள் கண்டு கொள்வதில்லை. அந்த வகையில் *UAPA* முதலான சட்டங்களின் முன் அரசியல் சட்டம் என்பது இங்கே அர்த்தமற்றதாக *(irrelevant)* ஆகிவிடுகிறது. மேற் குறித்த இரு அம்சங்களையும் கரிசனம் கொள்ளும் நீதிபதிகள் மிகக் குறைவு.

நம் கேள்வி என்னவென்றால் அப்புறம் எதுக்கு நீதிமன்றங்கள்? போலீஸ்காரர்களே கைது செய்து சிறையில் அடைப்பதுதானே.

கிட்டத்தட்ட அதுதான் நடக்கிறது. வழக்கை ஏன் விரைவாக நடத்தவில்லை எனக் கேட்கும் நீதிபதிகள் மிகக் குறைவு. நீதி கிடைப்பது என்பது மட்டுமல்ல அது விரைவாகக் கிடைக்க வேண்டும் என்பதும் குடிமக்களின் உரிமை என்பதை நம் நீதி மன்றங்கள் கண்டு கொள்வதில்லை.

மூன்று

பாஜக ஆட்சியில், *2015 - 19* காலகட்டத்தில் *UAPA* கைதுகள் *72%* அதிகரித்து உள்ளதையும் நாம் கவனத்தில் கொள்ள வேண்டும். சமீபத்தில் நாடாளுமன்றத்தில் உள்துறைத் துணை அமைச்சர் கிஷன் ரெட்டி முன்வைத்த புள்ளி விவரங்கள் கீழே. *2019* இல் மட்டும் *1226* வழக்குகளில் *1948* பேர்கள் இந்தக் கொடும் சட்டத்தில் கைது செய்யப்பட்டனர்.

UAPA சட்டத்தின் கீழ் *2015* முதல் *2018* வரைக்குமான நான்காண்டுகளில் தொடுக்கப்பட்ட வழக்குகளின் எண்ணிக்கை முறையே *897// 922// 901// 1182*. இவற்றில் கைது செய்யப்பட்டோர் முறையே: *1128//999//1554//1421* பேர்கள்.

இப்படிக் கைது செய்யப்படுபவர்களில் தண்டிக்கப்பட்டோர்கள் எத்தனை சதம்?

வெறும் *2.2%* மட்டும். *(Ref: The Wire, 10-Mar-2021)*. இதன் பொருள் மற்ற *97%* க்கும் மேற்பட்டோர் கைது செய்யப்பட்டுப் பல காலம் சிறையில் முடக்கப்பட்டுக் கடைசியில் குற்றம் நிறுவப்படவில்லை என விடுதலை செய்யப்படுகின்றனர் என்பதுதான்.

ஒரு ஜனநாயக நாட்டில் இதெல்லாம் என்ன?

நான்கு

இந்தியா முழுவதும் 48 NIA சிறப்பு நீதிமன்றங்கள் உள்ளன. ஆனாலும் UAPA சட்டத்தில் கைது செய்யப்பட்டவர்களின் வழக்கு விரைவில் தீர்க்கப்படுவதில்லை. 'பெயிலில்' விடுதலை என்பதும் மிகச் சில வழக்குகளில்தான் சாத்தியமாகின்றன. டெல்லி கலவரத்தில் UAPA சட்டத்தில் கைது செய்யப்பட்ட இரு பெண்கள் உள்ளிட்ட மூவர் பிணையில் விடுதலை செய்யப்பட்டதைப் பார்த்தோம். அதன் பின் அசாம் MLA அகில் கோகோய் மீது NIA போட்டிருந்த UAPA வழக்கை NIA சிறப்பு நீதிமன்றம் இப்போது ரத்து செய்துள்ளது (The Hindu, July 01 2921). NIA நீதிமன்றங்கள் இப்படிச் செய்வது அபூர்வம் என்றாலும் இவை வரவேற்கத்தக்கன. அகில் கோகோய் தற்போது நடந்த அஸ்ஸாம் மாநிலத் தேர்தலில் MLA ஆகத் தேர்ந்தெடுக்கப்பட்ட பின்புதான் இது நடந்துள்ளது என்பதும் கவனிக்கத்தக்கது.. தீர்ப்பின்போது நீதிமன்றம் இந்த வழக்கு அவர் மீது தொடுக்கப்பட்டதைக் கடுமையான சொற்களில் கண்டித்தது.

சென்ற ஆண்டு (ஆக 2020) நடைபெற்ற 'பெங்களூர் கலவரத்தை' மறந்திருக்க முடியாது. இதில் UAPA சட்டத்தின் கீழ் கைது செய்யப்பட்ட 115 பேர்கள் மீது 90 நாட்கள் கெடுவிற்குள் குற்றப்பத்திரிகை தாக்கல் செய்யாததை ஒட்டி கர்நாடக உயர் நீதிமன்றம் அவர்கள் அனைவருக்கும் default bail அளித்தது இன்னொரு முக்கிய நிகழ்வு. பொதுவாக NIA 90 நாட்களுக்குள் குற்றப்பத்திரிகை தாக்கல் செய்வதில்லை. பெரும்பாலானவை பொய்வழக்குகள் அல்லது பொருத்தமற்ற வழக்குகள் என்பதால்தான் இப்படியான வழக்குகளில் தண்டனை வீதம் 3 சதத்தைவிடக் குறைவாக உள்ளது என்பதை நாம் கவனம் கொள்ள வேண்டும். அதனால் இப்படி குற்றப் பத்திரிகை தாக்கல் செய்யாமல் அதற்கு இன்னும் கொஞ்ச நாள் தள்ளிக் கேட்பது என்பதை NIA தொடர்ந்து செய்து

வருகிறது. என்பதற்கு இந்தத் தீர்ப்பு ஒரு ஆப்பாக அமைந்தது. *2020*இல் ஒரு விசாரணை நீதிமன்றம் இப்படி குற்றப் பத்திரிகை தாக்கல் செய்வதற்கு *90* நாட்களுக்கு மேல் கெடுவைத் தள்ளி வைத்தது. பின் அதுவே ஒரு முன்மாதிரியாக இப்படி எல்லா *UAPA* வழக்குகளிலும் பயன்படுத்தப்படுவதை ஏற்காத நீதியரசர் விஷ்வனாத் ஷெட்டி இவ்வழக்கில் *kept on hold* எனும் நிலை எடுத்து அவர்களுக்குப் பிணை விடுதலை அளித்தது ஒரு முக்கியத் திருப்பம். இப்படி எல்லா வழக்குகளிலும் நீதி கிடைக்கிறது என்பதல்ல. ஆயிரத்துக்கும் மேற்பட்ட வழக்குகளில் இப்படி நாம் சுட்டிக்காட்ட ஒன்று அல்லது இரண்டு வழக்குகள்தான் உண்டு என்பதை நாம் கவனத்தில் கொள்ள வேண்டும். அப்படியான ஒரு வாய்ப்பும் ஃபாதர் ஸ்டான் சாமிக்குக் கிடைக்காமற் போனது.

9. பீமா வழக்கில் கைது செய்யப்பட்டுள்ளவர்கள் குறித்துச் சில குறிப்புகள்

(பீமா கொரேகான் வழக்கில் 16 செயல்பாட்டாளர்கள் (BK 16) இன்று இவ்வாறு UAPA சட்டத்தில் கைது செய்யப்பட்டுள்ளனர். இதில் ஃபாதர் ஸ்டான் சாமி இன்று நம்மோடு இல்லை. ரொனா வில்சன், மகேஷ் ராவத், ஷோமா சென், சுரேந்திர காட்லிங், சுதிர் தவாலே, ஆனந்த் டெல்டும்டே ஆகியோர் குறித்து இந்நூலில் உள்ள கட்டுரைகளிலும் விளக்கங்கள் உள்ளன):

வரவர ராவ் (81) : எல்லோரும் அறிந்த தெலுங்குக் கவிஞர். மார்க்சியக் கருத்தியலுடன் ஒரு வாழ்வை அர்ப்பணித்தவர். கடும் நோய்வாய்ப்பட்டுத் தற்போது பிணையில் உள்ளார். சிறையில் இருந்தபோது கொரோனா பாதிப்பால் துன்புற்றவர். ஏற்கனவே அரசு கவிழ்ப்பு முயற்சி என்பதுபோல அவர் மீது போடப்பட்ட வழக்குகள் எதுவும் அவர் மீதான அந்தக் குற்றங்களை நிறுவ முடியவில்லை. நெருக்கடிநிலை காலத்தில் இரண்டு சிறைத் தண்டனைகளை அனுபவித்தவர். மாவோயிஸ்ட் சிந்தனைகளை ஏற்றவர்.

சுதா பரத்வாஜ் (60) : சட்டிஸ்கார் உயர் நீதிமன்ற வழக்குறைஞர், டெல்லியில் உள்ள தேசிய சட்டப் பல்கலைக் கழகத்தில் வருகைப் பேராசிரியர். இந்திய அளவில் முக்கிய மனித உரிமை அமைப்புகளில் ஒன்றான PUCL அமைப்பின் சட்டிஸ்கார் மாநிலப் பொதுச் செயலாளர். இதய நோய் உட்பட உடல் ஆரோக்ய பாதிப்புகள் உள்ளவர். தரையில் சம்மணமிட்டு அமர இயலாத அவருக்கு சிறையில் ஒரு நாற்காலி தர தொடக்கத்தில் மறுக்கப்பட்டது.

அருண் ஃப்ரெய்ரா (50): மிகவும் மென்மையான மனமுள்ள இவர் இன்று இந்த வழக்கில் கைது செய்யப்பட்டுள்ள பலருக்கும் பல்வேறு வகைகளில் உதவி செய்தவர். சிறையிலும் கூட ஃபாதர் ஸ்டான் சாமி அவர்கள் உதவியின்றி உணவு அருந்த இயலாமல் இருந்த காலத்தில் உணவு ஊட்டி அவரைக் கவனித்துக் கொண்டவர். 2007 இல் ஒருமுறை மாஓயிஸ்ட் எனக் குற்றம் சாட்டப்பட்டுக் கைது செய்யப்பட்டவர். ஆறு ஆண்டு சிறைவாசத்திற்குப் பின் 2014 இல்தான் விடுதலை ஆகி வந்தவர் இவர் என்பது குறிப்பிடத்தக்கது.

வெர்னான் கோன்சால்வ்ஸ் : பேராசிரியர். தொழிலாளர் பிரச்சினைகளில் அவர்களுக்காக வழக்காடும் வழக்கறிஞர் சூசன் ஆப்ரஹாமின் கணவர். மும்பையில் நடக்கும் மக்கள் போராட்டங்களில் அவர்கள் இருவரையும் எப்போதும் காண இயலும். நிறைய வங்கிக் கணக்கு வைத்திருந்தார் எனவும், அவற்றை தேச விரோத நடவடிக்கைகளுக்குப் பயன்படுத்தினார் எனவும் 2007 இல் அவர் கைது செய்யப்பட்டார். இந்த வழக்குப் பொய்யானது என வாதாடி 2013 இல் குற்றம் நிறுவப்படாமல் வெளி வந்தார்.

கௌதம் நவ்லக்கா : முக்கிய அறிவுஜீவி, புகழ்பெற்ற Economic and Political Weekly (EPW) வார இதழில் கட்டுரையாளர். காஷ்மீர்ப் பிரச்சினை குறித்த விரிவான அறிவுடைய அவர் அது குறித்து நிறைய எழுதியும் செயல்பட்டும் வந்தவர். காஷ்மீர் பிரச்சினை குறித்து அவர் எழுதியுள்ள நூல்கள் மற்றும் காஷ்மீரில் இந்திய

அரசுகள் மேற்கொண்ட அத்துமீறல்களை உலகளவில் கொண்டு சென்றமை ஆகியவற்றுக்கான ஒரு பழிவாங்கலாகவே அவர் இன்று கைது செய்யப்பட்டுள்ளார் எனலாம்.

ஆனந்த் டெல்டும்டே : எல்லோரும் அறிந்த எழுத்தாளர். டாக்டர் அம்பேத்கரின் பேத்தி ரமாவின் கணவர். முக்கிய தலித்தியச் சிந்தனையாளர். அவரது நூல்கள் தமிழிலும் மொழிபெயர்க்கப்பட்டுள்ளன. எல்கார் பரிஷத் நிகழ்வில் கலந்துகொள்ளாதவர் மட்டுமல்ல, பீமா கொரேகான் கொண்டாட்டத்தை பேஷ்வா ஒடுக்குமுறைகளுக்கெதிரான ஒரு தலித் வெற்றியாகக் காண வேண்டியதில்லை என எழுதியவர் என்பதை நான் பலமுறை குறிப்பிட்டுள்ளேன். அவரை பீமா கொரேகான் நிகழ்வில் கலந்து கொண்டார் எனக் கைது செய்வது போன்ற அபத்தம் ஏதுமில்லை.

ஹனிபாபு முசலியார்: பெயரே அவர் கேரளத்தைச் சேர்ந்தவர் என்பதை விளக்கும். டெல்லி பல்கலைக்கழகப் பேராசிரியர். கைது செய்யப்பட்ட பின் அவர் வீடு சோதனையிடப்பட்டபோது 400 க்கும் மேற்பட்ட மாணவர்கள் கையொப்பம் இட்டு அவர் மீது நடவடிக்கை கூடாது எனக் கோரியது குறிப்பிடத்தக்கது. "போராட்டங்களின் ஊடாகவே ஒரு சமூகம் முன்னேற்றம் காண்கிறது. திராவிட இயக்கத்தின் பார்ப்பனீய எதிர்ப்புப் போராட்டங்கள், தனி நாட்டுக் கோரிக்கைகள், மாநில சுயாட்சி முதலான போராட்டங்களின் ஊடாகவே இன்று தென்னகம் வட மாநிலங்களைக் காட்டிலும் முன்னேற்றம் அடைந்துள்ளது" என மனித் உரிமை மாநாடொன்றில் அவர் பேசிய உரையை நான் பதிந்துள்ளேன்.

சாகர் கார்கே, ரமேஷ் கெய்ச்சார், ஜோதி ஜக்தாப்: இவர்கள் மூவரும் புகழ்பெற்ற கபீர் கலா மஞ்ச் எனும் அரசியல் பண்பாட்டு இயக்கத்தின் முக்கியச் செயல்பாட்டாளர்கள். பாடல்கள், குறு நாடகங்கள் ஊடாக பெரிய அளவில் புரட்சிகரக் கருத்துகளைப் பரப்பியவர்கள். ஜோதி எல்லோரையும் ஈர்க்கும் பேச்சாளர். எல்கார் பரிஷத் நிகழ்வை

தலித் எழுச்சியின் அடையாளமாகக் கட்டமைக்கும் கருத்தை முன்வைத்துச் செயல்பட்டதில் கபீர் கலாமஞ்சுக்கு முக்கியப் பங்குண்டு. விசாரணை எனும் பெயரில் NIA இவர்களை அழைத்து மிரட்டி, ஏற்கனவே கைது செய்யப்படிருந்த 13 செயல்பாட்டாளர்களையும் சிக்க வைக்கும் வாக்குமூலங்களைத் தருமாறு தம்மை மிரட்டினார்கள் என கோர்கேயும் கெய்சோரும் ஒரு வீடியோ பதிவை வெளியிட்டது குறிப்பிடத்தக்கது.

சுரேந்திரா காட்லிங் : தொழிலாளர் மற்றும் மனித உரிமை அத்துமீறல்கள் தொடர்பான மூத்த வழக்குரைஞர். *Indian Association of People's Lawers* எனும் அமைப்பில் முக்கியப் பொறுப்பில் இருந்தவர். தலித் மற்றும் ஆதிவாசிகளின் பிரச்சினைகளுக்கு முக்கியத்துவம் அளித்து வழக்காடியவர். கிழக்கு மகாராஷ்டிரப் பகுதியில் இன்று சிறையில் வாடும் ஜி.என். சாய்பாபா அவர்களின் வழக்கை நடத்தியவர். நாக்பூரில் இருந்து செயலாற்றிய இவர் நக்சல்கள் மீதான காவல்துறை அத்துமீறல்களை வெளிக் கொணர்ந்தவர். *CPDR (Committee for the Protection of Democratic Rights)* அமைப்பிலும் அவர் முன்னின்று செயல்பட்டவர்.

ரொனா வில்சன்: கேரள மாநிலத்தவர். *Committee for the Release of Poliitical Prisoners* அமைப்பில் அவருடன் செயல்பட்ட அனுபவம் எனக்குண்டு. மிகவும் மென்மையானவர். மறைந்த பேராசிரியர் எஸ்.ஏ.ஆர் கிலானி அவர்கள் நாடாளுமன்றத் தாக்குதல் வழக்கில் கைது செய்யப்பட்டபோது குற்றமற்ற அவர் விடுதலை செய்யப்படவேண்டும் எனப் போராடியவர்.

சுதிர் தவாலே : தலித்தியப் போராளி, 'சாதி ஒழிப்பு இயக்கம்' *(Movement for Annihilation of Caste)* எனும் அமைப்பை உருவாக்கி அம்பேத்கரியச் சிந்தனைகளை முன்னெடுத்தவர். நக்சல் இயக்கத்துடன் தொடர்புள்ளவர் என 2011 இல் கைது செய்யப்பட்டு 2014 இல் விடுதலை செய்யப்பட்டார், ஆழமான அம்பேத்கரியரான அவர் எல்கார் பரிஷத் பிரகடனத்தை வெளியிடுவதில் முக்கியமாக இருந்தவர். எல்கார் பரிஷத்

நிகழ்வில் வன்முறையைச் செய்தவர்கள் இன்று வெளியே உலவுகின்றனர். தலித்திய எழுச்சியாக அடையாளப்படுத்திய ஒரே காரணத்திற்காக இன்று சுதிர் தவாலே சிறையில்.

ஷோமா சென்: பேராசிரியை. நாக்பூர் பல்கலைக் கழகத்தில் ஆங்கிலத் துறைத் தலைவர். நாக்பூர் பல்கலைக் கழக ஆசிரியர் சங்கத் தலைவர். பெண்கள் இயக்கச் செயல்பாட்டாளரும் கூட. எல்கார் பரிஷத் நிகழ்ச்சியில் கலந்து கொண்டவர்.*Committee for the Protection of Democratic rRghts (CPDR)* அமைப்பில் இருந்தும் செயல்பட்டவர். 2018 ஜூனில் அவர் பணியாற்றிய பல்கலைக் கழகம் அவரைத் தற்காலிகப் பணி நீக்கம் செய்தது. அவரது கணவர் துஷார்காந்த் பட்டாச்சார்யாவும் இயக்கங்களில் இருந்தவர்.

பின்னுரையாக...

ஸ்டான் சாமியைக் கைவிட்ட நீதித்துறை

(1)

'இந்திய அரசமைப்பு என்பது நாடாளுமன்றம், நிர்வாக அரசு, நீதித்துறை ஆகிய மூன்று கூறுகளாக உள்ளது' - எனப் பாட நூல்களில் படித்துள்ளோம். இந்த மூன்றுமே கைகோர்த்து நின்று அரசியல் சட்ட நெறிகளைப் புறந்தள்ளியதன் விளைவே ஃபாதர் ஸ்டான் சாமியின் மரணம். இது இயற்கை மரணம் அல்ல. உரிய நேரத்தில் உரிய சிகிச்சை அளிக்கப்படுவதை அனுமதிக்காததால் நடந்த இம்மரணத்தை ஒரு அரசியல் படுகொலை என்றே நாம் பார்க்க வேண்டி உள்ளது.

சட்டங்களை இயற்றுவது நாடாளுமன்றத்தின் பொறுப்பு எனும்போது அதை வெறும் மத்திய பாராளுமன்றம் என்பதாக மட்டுமே பொருள் கொள்ளக் கூடாது. ஆங்கிலத்தில் *legislature* என்றுதான் கூறுகிறோம். அதாவது 'சட்டம் இயற்றும்

அவைகள்'. ஒரு பன்மைச் சொல்லாக இதைப் புரிந்து கொள்ள வேண்டும். இது கூட்டாட்சி - *federal set up*. ஆனால் ஸ்டான் சாமி விடயத்தில் மத்திய அரசு மட்டுமின்றி மகாராஷ்டிர மாநில அரசும் அவரைக் கைவிட்டது.

நாடாளுமன்றம், அரசு, நீதித்துறை எனும் மூன்று கூறுகளுக்கும் இடையே அதிகாரப் பகிர்வு என்பது அரசியல் சட்டத்தில் கறாராகப் பதியாத போதும் மிக நுணுக்கமாக அந்த அதிகாரப் பகிர்வுகள் செயல்படுகின்றன. ஏதொரு பிரச்சினையிலும் முரண் வரும்போது அதைத் தீர்ப்பதில் அரசியல் சட்டம் இதில் முக்கியப் பங்கு வகிக்கிறது. இவை ஒவ்வொன்றும் தனித்தனியே பலம் மிக்கதாகவும் ஒன்றிலிருந்து ஒன்று மிக்க சுதந்திரமாகவும் செயல்படுதல் என்பது ஜனநாயகத்தின் அடிப்படை.

சட்டம் வரையும் அதிகாரம் நாடாளுமன்றம் மற்றும் சட்டமன்றங்களுக்கே உண்டு. ஆனால் அவற்றை அரசியல் சட்டத்தில் உரசிப் பார்த்து அதைச் செல்லாமல் ஆக்கும் அதிகாரம் நீதித்துறைக்கு உண்டு. ஆக அரசியல் சட்டம் இங்கு ஒரு உரைகல்லாக அமைகிறது. ஆனால் நாடாளுமன்றம் இந்த அரசியல் சட்டத்தையே திருத்தி, மாற்றி அமைக்கும் அதிகாரம் உடையதாகவும் உள்ளதே என ஒருவர் கேட்கலாம். அந்தத் திருத்தம் அரசியல் சட்டத்தின் அடிப்படை தொனிக்குப் பொருத்தமாக இல்லை என அதை ரத்து செய்யும் அதிகாரம் நீதித்துறைக்கு உண்டு என்பதை நாம் மறந்துவிடக்கூடாது.

ஆக நீதித்துறையின் பொறுப்பு மிக மிக அதிகமாகிறது. ஆனால் அதுவே எல்லாவற்றையும் விட மேலானதாகவும் எல்லாவற்றிலும் மூக்கை நுழைப்பதாகவும் ஆகிவிட முடியாது என்பதும் உண்மையே. அரசியல் சட்டத்தின் அடிப்படைத் தொனிக்குப் பொருந்தவில்லை என நீதிபதிகளின் ஒரு அமர்வு தன் விருப்பத்திற்குத் தீர்ப்பளித்துவிட இயலாது எனவும் உச்ச நீதிமன்றத் தீர்ப்புகள் உண்டு *(A.k.Gopalan Vs State of Madras, [6]AIR 1950 SC 27)*.

ஆக நீதிக்குரிய மனநில, சமூக உணர்வு, எல்லையற்ற பரந்த

அறிவு, மனிதாபிமானம், சட்டநூல்கள் மட்டுமின்றி உலக இலக்கியப் பரிச்சயம், விரிந்த படிப்பு இவை அனைத்தும் நீதிபதிகளின் குறைந்தபட்சப் பண்புகளும் தகுதிகளுமாகின்றன.

ஆனால் இன்று நிலைமை அப்படியில்லை என்பதுதான். குடிமக்களின் கருத்துச் சுதந்திரம் குறித்த அடிப்படை நீதி மற்றும் தத்துவப் புலமையுடன் இன்றைய நீதித்துறை செயல்படுவதில்லை. தனி மனித சுதந்திரம் குறித்து ஜான் ஸ்டூவர்ட் மில் முன்வைத்த புகழ்பெற்ற கூற்றை நமது நீதித்துறை மனம் கொண்டிருந்தால் இன்று நாம் ஸ்டான் சாமி அவர்களை இழந்திருக்க மாட்டோம். தனிமனித சுதந்திரம் என்பது பூரணமானது. அது எந்த நிபந்தனையுடனும் கூடியதல்ல. மற்றவர்களுக்கு ஒருவரால் துன்பம் ஏற்படும் நிலை முற்றிலும் உறுதியாகும்போது மட்டுமே ஒருவரைச் சிறைவைக்க முடியும்.

இதன் பொருள் கைது, தண்டனை என்பதெல்லாம் பெரும்பான்மையின் விருப்பின் அடிப்படையில் அமையவோ இருக்கவோ இயலாது என்பதுதான். ஆம். *tyranny of the majority* என்பதற்கு நீதி வழங்கலில் இடமில்லை. தண்டனையின் பயன்பாடு *utility* இதில் முக்கியப் பங்கு வகிக்கிறது. சமூகம் முழுமைக்குமான ஒட்டுமொத்தமான ஆக அதிகமான பயன்பாட்டிற்கும் உதவும் என்கிறபோதுதான் ஒருவரின் சுதந்திரத்தைச் சுருக்க முடியும். தனிமனித சுதந்திரத்தில் ஒரு அரசு தலையிடுவதற்கு அது பெரும்பான்மை மக்களால் தேர்ந்தெடுக்கப்பட்ட அரசின் முடிவு அல்லது விருப்பு என்பது ஒரு அடிப்படையாக இருக்க இயலாது.

ஆம். ஒரு கணத்தில் ஒரு நீதித்துறை நடுவரின் *(Magistrate)* ஆணை ஒரு குடிமகனின் சுதந்திரத்தைப் பறித்துவிட முடியாது என்பதுதான் இதன் பொருள். எத்தனை பழிவாங்கல்கள், எத்தனை கொடூரங்கள், எத்தனை சாவுகளுக்கு இப்படியான ஆணை இட்டுச் சென்றுள்ளது என்கிற மனச்சாட்சியின் உறுத்தலும் சிறைவைக்க ஆணையிடும் அரசின் இந்தக் கொடூர அதிகாரத்தை எந்தப் பலமும் அற்ற ஒரு தனி மனிதருக்கு

எதிராக நாம் பயன்படுத்துகிறோம் என்கிற பொறுப்புணர்வும் ஒரு மேஜிஸ்ரேட்டுக்கு இருக்க வேண்டும். கைது செய்து, கொடும் சித்திரவதைகளுக்குப் பின் கொண்டு வந்து நிறுத்தப்படும் ஒரு குடிமகனின் முகத்தைக் கூட அண்ணாந்து பார்க்காமல் ரிமாண்ட் செய்பவர்களாகத்தானே இன்று நம் நீதித்துறையினர் இருக்கின்றனர். எத்தனை கொடூரமான மரணங்களுக்கு இவை காரணமாகின்றன. ஆனால் இப்படித் தேவை இல்லாமல் சிறைக்கு அனுப்புவது *(remand)*, விசாரணை எனும் பெயரில் கைது செய்து கொண்டு வந்தவர்களிடமே கைது செய்யப்பட்டவரை ஒப்புவிப்பது *(police custody)*- இவைதானே இன்றைய வழமைகளாக உள்ளன.

தூத்துக்குடி ஜெயராஜ், பென்னிக்சின் காவல்துறை படுகொலைகளை நாம் அத்தனை எளிதில் மறந்துவிட இயலுமா?

அரசியல் சட்டத்தின் அடிப்படைகள் *(Part III)* இம்மியும் நியாயமின்றி மிதித்து நசுக்கப்படுவதற்கு நீதித்துறை துணைபோகக் கூடாது. ஆனால் அதுதானே நடக்கிறது.

பழிவாங்கும் சமூக மற்றும் அரசியல் விருப்பிற்குத் தீனிபோடுவது, அரசியல் லாபம், மாற்றுக் கருத்துகளை நசுக்கி அழிப்பதுதானே நடக்கிறது.

Liberty Remains Ever Green - 'எல்லாச் சூழல்களிலும் சுதந்திரம் என்பது பசுமையாக ஒளிர்கிறது' எனும் ஜனநாயக அரசின் அடிப்படை எத்தனை கேவலமாக இங்கே நசுக்கி மிதிக்கப்படுகிறது!

ஏ.ஜி.நூரானி அமெரிக்க நீதிபதி ஒருவரைச் சுட்டிக் காட்டி ஒருமுறை சொன்னது நினைவுக்கு வருகிறது.

'தீர்ப்பு சொல்ல அமரும் அன்றைய நீதிபதியின் அன்றைய மனநிலை ஒன்றே நீதிக்கான ஒரே உத்தரவாதம்.'

(2)

ரிமாண்ட் செய்வதற்கான எல்லையற்ற அதிகாரம் நமது நீதிநெறி முறைகளின் மீதான ஒரு களங்கம்.

தேசத் துரோகம் (sedition) முதலான சட்டங்களைத் தவறாகப் பயன்படுத்தல், பொய்யான குற்றச்சாட்டுகளை IPC மற்றும் ஆகக் கொடூரமான UAPA ஆகியவற்றுடன் இணைத்து 'ரிமாண்ட்' செய்வது முதலியன நீதிவழங்கு நெறியின் ஆக முக்கியமான அடிப்படைகளில் ஒன்றான, "குற்றம் ஐயத்திற்கிடமின்றி நிறுவப்படும் வரை ஒருவரைக் குற்றமற்றவராகவே கருத வேண்டும்" (innocent until proved guilty) என்பதற்கு எதிரானது என்பதை நம் நீதித்துறை கண்டுகொள்வதில்லை.

CrPC யின் 41 ஆம் பிரிவு காவல்துறைக்கு எல்லையற்ற அதிகாரத்தை வழங்குகிறது. ஆனல் குற்றம் சாட்டப்பட்டவருக்காக அவரது வழக்குரைஞர் நேரடியாய்த் தோன்றுவதற்கான notice of appearance கொடுக்க பிரிவு 41A அனுமதிக்கிறது. தவிரவும் யார் ஒருவரையும் கைது செய்வதற்கு, அப்படிக் கைது செய்யும் அதிகாரி விரிவான நியாயங்களை முன்வைக்க வேண்டும் என அர்னேஷ்குமார் வழக்கில் உச்ச நீதிமன்றம் கூறியுள்ளது. ஆனால் இவை எதுவும் கடைப்பிடிக்கப்படுவதே இல்லை.

திருட்டு, கொள்ளை முதலான சாதாரண குற்றங்களை தேசப் பாதுகாப்பிற்கு எதிரான குற்றங்களாகவும் கிரிமினல் குற்றச் சதித் திட்டங்களாகவும் முன்வைப்பது சர்வ சாதாரணமாக மேற்கொள்ளப்படுகிறது. இவற்றை நீதிமன்றங்கள் போதிய சிரத்தையுடன் கண்டுகொள்வதில்லை. குற்றப்பத்திரிகை தாக்கல் செய்யும்போது ஏதாவது கேட்பார்கள். அத்தோடு சரி. குற்ற விசாரணைகளின் போதெல்லாம் ஏதும் கண்டு கொள்வதில்லை. சமீபத்தில் நாகர்கோவிலில் கைது செய்யப்பட்ட பாதிரியார் ஜான் பொன்னையா வழக்கை எடுத்துக் கொள்ளுங்கள். அவருடைய அத்து மீறிய பேச்சு என்பது என்ன மாதிரி குற்றங்களாகக் காவல்துறையால் சித்திரிக்கப்பட்டு எந்தெந்தப் பிரிவுகளின் கீழ் அவர் மீது வழக்குகள் போடப்பட்டன! இது

நம் கண்முன் அரங்கேறிய ஒரு சமீபத்திய சிறு எடுத்துக்காட்டு. அப்சல் குரு வழக்கில் திருந்தி வந்த ஒரு ஆயுதப் போராளியைக் பயங்கரவாதிகள் சிலருக்கு டெல்லியில் தங்குமிடம் ஏற்பாடு செய்யச் சொல்கிறார் காவல்துறை சார்ந்த அதிகாரி ஒருவர். அப்படித் தங்கியவர்கள் நாடாளுமன்றத் தாக்குதலில் ஈடுபடுகின்றனர். இறுதியில் அப்சல் குரு தூக்கு மேடை ஏறவேண்டியதாகிறது. இப்படி ஆயிரம் எடுத்த்துக்காட்டுகளை நாம் சொல்ல முடியும்.

அது மட்டுமல்ல. இப்படியான பொய்க் குற்றச்சாட்டுகள் மற்றும் சாதாரண குற்றங்களைப் பயங்கரவாதமாகவும், தேசத் துரோகமாகவும் முன்வைத்தல் ஆகியவற்றின் ஊடாகப் பிணை விடுதலை இல்லாமல் குற்றம் சாட்டப்பட்டவர் விசாரணைக் கைதியாகவே சிறையில் அடைக்கப்படுகிறார். அவர் ஸ்டான் சாமியைப்போல வயதில் மூத்த பார்கின்சன் நோயாளியானாலும் அவர்கள் சிறையில் *(custody)* வைக்கும் காலம் *60* நாட்கள், *90* நாட்கள் என அதிகரிக்க இப்படியான குற்றச்சாட்டுகள் வாய்ப்பாகிவிடுகின்றன. ரிமாண்ட் செய்யும் மாஜிஸ்ட்ரேட்களும், முறையீடுகளை விசாரிக்கும் நீதித்துறையினரும் கண்ணை மூடிக்கொண்டு கையொப்பம் இடுவதைத்தவிர, "இப்படி ஸ்ட்ரா இல்லாமல் தண்ணி குடிக்க முடியாத ஒரு கிழவன் எங்கே ஓடிவிடப் போகிறான்?" என்கிற கேள்வியை முன்வைப்பதில்லை.

ஆர்னேஷ் குமார் மற்றும் மனுபாய் ரதிலால் படேல் வழக்குகளில் உச்ச நீதிமன்றம் மிகத் தெளிவாக இத்தகைய நடைமுறைகளைக் கண்டித்துள்ளது. நீதிமன்றங்கள் 'ரிமாண்ட்' செய்வதை எந்திர கதியில் மேற்கொள்ளக்கூடாது. ஆழமாக நீதி நெறிகளைச் சிந்தித்து அந்த அடிப்படைகளிலேயே ஒருவரைக் காவலில் வைக்க வேண்டும் என்று கூறியது. இந்தப் பின்னணியில் *37* வது சட்ட ஆணையம் *(Law Commission) IPC 167* ஆம் பிரிவைத் திருத்தியது. அது மட்டுமல்ல நிர்வாக நடுவர்களின் *(magistrates)* காவலில் வைக்கும் *(remand)* அதிகாரத்தை நீக்கவும் பரிந்துரைத்தது.

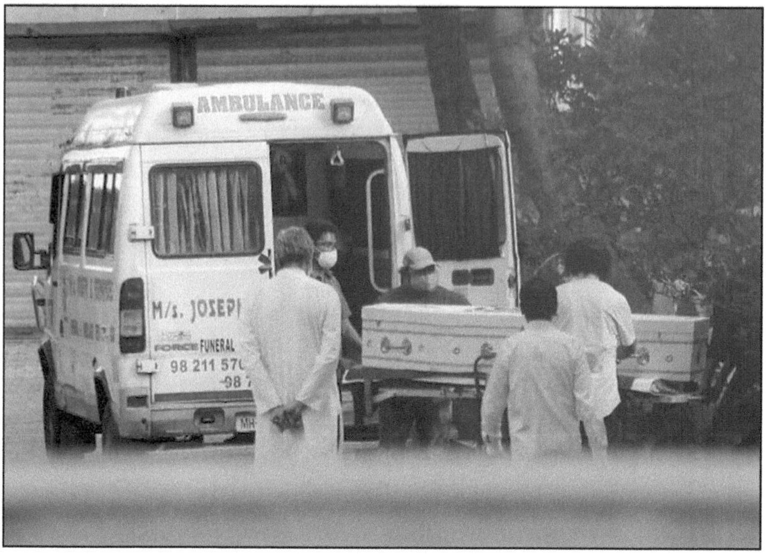

ஸ்டான் சாமி அவர்களின் உடல் அவர் விரும்பியபடி, ஒரு வாழ்நாளை அவர் யாருக்காக அர்ப்பணித்தாரோ அந்தப் பழங்குடி மக்களின் நெறிப்படி எரிப்பதற்கு ஆம்புலன்சில் ஏற்றிச் செல்லப்படுகிறது.

ஆனால் தேவையற்ற 'ரிமாண்ட்'கள் தொடர்கின்றன. பொய்க் குற்றச்சாட்டுகளில் ஸ்டான் சாமி போன்ற சமூகச் செயல்பாட்டாளர்கள் சாகின்றனர். தூத்துக்குடி ஜெயராஜ், பென்னிக்ஸ் காவல் கொலை வழக்கில் அனுமதிக்கப்பட்ட காலத்தைக் காட்டிலும் ஒரு அரைமணிநேரம் கடையைத் திறந்து வைத்த குற்றத்திற்காக அவர்கள் மீது IPC 158, 353, 269, 294பி, 506 (2) முதலான ஏகப்பட்ட குற்றங்களில் வழக்குப் பதிவு செய்து ரிமாண்டில் அடித்துக் கொன்றார்களே. அந்த மாஜிஸ்ட்ரேட் அந்தத் தந்தை, மகன் இருவரின் சட்டைகளில் இருந்த இரத்தக் கறைகளைப் பார்த்த பின்னாவது சட்டையைக் கழற்றச் சொல்லிப் பார்த்திருக்கக் கூடாதா?

CrPC 437, 439 அடிப்படையில் பிணை விடுதலை அளிப்பதில் நீதித்துறை தயக்கம் காட்டுவது தொடர்கிறது. 167ஆம் பிரிவின்படி

போலீஸ் கஸ்டடியின் அதிகபட்ச எல்லை 15 நாட்கள்தான். காவல்துறையின் புலனாய்வில் தலையிடக் கூடாது எனச் சொல்லி இப்படி நாட்களை நீடிக்க நீதித்துறை துணை போகிறது.

பெரு மதிப்பிற்குறிய நீதியரசர் கிருஷ்ணய்யர். 'The rule is bail not jail' பெயில் வழங்குவதுதான் விதி, ஜெயிலில் அடைப்பதல்ல" என்று உதிர்த்த சொற்கள் இன்று பொய்யாய்ப் பழங்கதையாய்ப் போயின.

www.ingramcontent.com/pod-product-compliance
Ingram Content Group UK Ltd.
Pitfield, Milton Keynes, MK11 3LW, UK
UKHW042130021026
15589UKWH00003B/731

9 789393 882134